SỐNG ĐẸP
GIỮA DÒNG ĐỜI

SỐNG ĐẸP GIỮA DÒNG ĐỜI
NGUYÊN MINH

Bản quyền thuộc về tác giả và Nhà xuất bản Liên Phật Hội (United Buddhist Publisher).

Copyright © 2018 by United Buddhist Publisher
ISBN-13: 978-1986852678
ISBN-10: 1986852679

© All rights reserved. No part of this book may be reproduced by any means without prior written permission from the publisher.

NGUYÊN MINH

SỐNG ĐẸP GIỮA DÒNG ĐỜI

NHÀ XUẤT BẢN LIÊN PHẬT HỘI
UNITED BUDDHIST PUBLISHER - UBP

Lời nói đầu

Không biết tự bao giờ, người xưa đã thốt lên một câu rất giản đơn nhưng chính xác, mà cho đến ngày nay hầu hết chúng ta không ai là không biết: "Ở sao cho vừa lòng người..."

Vâng, quả thật không có một chuẩn mực, một phong cách sống nào có thể làm hài lòng được tất cả mọi người. Chúng ta phải buồn bã mà thừa nhận điều đó, cho dù chính chúng ta là những con người, và đều là đối tượng đáng "than phiền" vì sự khó tính ... nói chung. Và bất cứ một nỗ lực nào nhằm vạch ra một chuẩn mực sống có thể làm hài lòng tất cả mọi người đều phải đi đến thất bại. Sở dĩ như thế, đơn giản chỉ là vì cách nhìn của mỗi người về cung cách xử thế, về cái gọi là một "chuẩn mực chung", đều có sự khác biệt, không ai hoàn toàn giống với ai.

Tuy nhiên, cũng từ xa xưa, con người đã biết đến sự cần thiết phải vạch ra những quy tắc sống chung cho mỗi cộng đồng. Vì mối liên hệ qua lại lẫn nhau, nên dù muốn dù không vẫn phải có những "nguyên tắc chung" để mỗi thành viên tuân theo, đảm bảo cho sự hoà hợp tối thiểu của một cộng đồng.

Vì thế, chúng ta không lấy làm lạ khi thấy mỗi xã hội khác nhau từ đông sang tây đều có những phong tục, tập quán khác nhau, hình thành từ những cung cách, những chuẩn mực sống khác nhau.

Tầm quan trọng của những "nguyên tắc sống chung" như thế cũng thay đổi khác nhau qua từng thời đại. Vào buổi ban sơ của loài người, khi chưa có luật pháp - hoặc nói đúng hơn là luật pháp chưa có sự hoàn chỉnh và hiệu quả quản lý xã hội như bây giờ, những "nguyên tắc sống chung" như thế là tối cần thiết, vì nó giúp ngăn ngừa những sự va chạm lẫn nhau giữa các thành viên trong cộng đồng. Đến những xã hội có tổ chức cao hơn như vào thời phong kiến, một số "nguyên tắc" được chuyển sang thành "luật" và được các nhà cai trị dựa theo để quản lý xã hội. Tuy nhiên, cộng đồng xã hội vào những thời kỳ ấy vẫn còn là quá rộng lớn so với tầm kiểm soát của các vị vua chúa, và rất nhiều "nguyên tắc" được tự nguyện tuân theo ở từng địa phương, chúng hình thành nên những tập tục, những "lệ làng".

Tiến lên các hình thức xã hội dân chủ của thời cận hiện đại, những "nguyên tắc sống chung" của cộng đồng xã hội được nhìn nhận theo một mức độ chính xác và đầy đủ, hợp lý hơn, nhờ vào sự tiến bộ về nhận thức và trình độ tổ chức của con người. Đến đây, tất cả những gì xét thấy là thiết yếu cho sinh hoạt của cộng đồng đã được ghi nhận cụ thể thành luật pháp, và mỗi thành viên trong xã hội bắt buộc phải tuân theo.

Tuy nhiên, ngoài luật pháp ra, vẫn còn rất nhiều điều khác mà mỗi thành viên của cộng đồng đều phải biết và tuân theo, nếu không muốn bị những thành viên khác xem là xa lạ hoặc lập dị. Những điều này bao gồm tất cả những cung cách sinh hoạt, ứng xử trong gia đình, ngoài xã hội, trong từng trường hợp nhất định, với những quan hệ nhất định...

Rất nhiều điều trong số này khá vụn vặt, tế nhị, không thật sự ảnh hưởng gì đến trật tự xã hội, nhưng đặc biệt tạo ra ấn tượng đối với những người chung quanh, bởi vì nó bộc lộ rõ cá tính, sự hiểu biết hoặc tinh tế của mỗi con người. Nhưng nếu xét cho cùng, chính những điều này sẽ góp phần không nhỏ trong việc làm đẹp xã hội.

Gần đây có khá nhiều những tập sách viết về phép lịch sự, thuật xử thế... thật ra đều là đề cập đến nội dung này. Tuy nhiên, như đã nói từ đầu, thật khó mà có thể đưa ra được những chuẩn mực làm hài lòng tất cả mọi người! Hơn thế nữa, vì những điều này không đủ quan trọng đến mức được đưa vào luật pháp, nên việc tuân thủ hay không, và tuân thủ đến mức độ nào... đều tuỳ thuộc vào nhận thức riêng của mỗi thời đại, mỗi con người.

Ở đây nói đến yếu tố thời đại, bởi vì quả thật nó có ảnh hưởng đến vấn đề đang đề cập. Chẳng hạn, trong xã hội Á Đông ngày xưa, có rất nhiều điều tuy chẳng thành "luật" nhưng lại có giá trị tuyệt đối phải tuân theo đối với mọi người... Lấy ví dụ như việc thủ tiết thờ chồng của những goá phụ trẻ, hoặc như quan điểm "cha mẹ đặt đâu con ngồi đấy" khi cưới gả ... Hầu như không có thành viên nào trong cộng đồng dám nghĩ đến việc đi ngược lại những "nguyên tắc sống" như thế.

Nhưng vào thời đại mà quyền tự do cá nhân được nâng cao chưa từng thấy như ngày nay, những việc như thế không còn nữa. Người phụ nữ có thể vẫn thủ tiết thờ chồng nếu như cô ta xét thấy điều đó là phù hợp với quan điểm sống của mình; con cái có thể vẫn hoàn toàn vâng theo sự sắp đặt của cha mẹ trong hôn nhân, nếu thấy điều đó là hợp lý ... Nhưng trong cả hai trường hợp, họ không phải chịu áp lực tâm lý từ cộng đồng để bắt buộc phải làm như thế... mà hoàn toàn là do nơi sự chọn lựa của riêng mình.

Trong một bối cảnh như thế, rất nhiều nguyên tắc của ngày xưa đã không còn tồn tại nữa, và những gì còn được giữ lại cũng có ảnh hưởng đến cộng đồng theo một cách khác hơn ngày xưa. Chẳng hạn như, ngày nay con cái không nghe lời cha mẹ không phải là điều tuyệt đối bao giờ cũng sai trái, mà rất nhiều người cho rằng còn phải xét cụ thể vấn đề gì, trong trường hợp nào... trước khi kết luận. Hoặc trong quan hệ vợ chồng, vai trò của người vợ cũng đã khác xưa rất nhiều. Và rất nhiều thay đổi khác nữa không thể kể hết ra đây... Những thay đổi đó, đôi khi là tích cực, nhưng đôi khi cũng là những mất mát lớn lao cho truyền thống của cộng đồng dân tộc. Điều đó hoàn toàn tuỳ thuộc vào sự nhận thức của từng cá nhân trong mỗi hành vi ứng xử.

Tập sách này không có tham vọng được xếp thêm vào cùng với những cuốn sách "dạy đời" vốn đã khá nhiều. Người viết chỉ muốn căn cứ vào một số nhận thức "xưa và nay" để trao đổi về một cách sống thế nào để có thể được xem là "sống đẹp". Và bởi vì mỗi một chuẩn mực được đề cập đến đều chịu sự chi phối của dòng chảy thời gian, sự thay đổi trong đời sống xã hội, nên tạm lấy nhan đề là "Sống đẹp giữa dòng đời".

Trong phạm vi đó, chúng ta sẽ mặc nhiên cùng nhau thừa nhận một vài điều. Trước hết, một "lối sống đẹp" không bao giờ có thể được hình dung hoàn toàn giống nhau đối với mọi người. Có thể liên tưởng so sánh với cách hiểu về một bức tranh đẹp, không phải ai cũng nhìn nhận như nhau. Điểm chung mà chúng ta có thể gặp nhau là "cái đẹp". Còn đẹp đến mức độ nào, sâu sắc, tinh tế hay tầm thường, nông cạn... điều đó còn tuỳ theo cảm nhận riêng của mỗi người, và hoàn toàn không thuộc phạm vi bàn cãi.

Ngoài ra, vì giá trị "cái đẹp" ở đây được nhận thức trong thời đại này, "giữa dòng đời" này, nên đôi khi sẽ không hẳn là giống với những giá trị xưa cũ, nhưng cũng không có nghĩa là hoàn toàn khác biệt. Điều mà phạm vi trao đổi của chúng ta cố gắng nhắm đến là gìn giữ tối đa những nét đẹp còn "hợp thời", và đề xuất thay đổi những gì không còn phù hợp. Qua đó, chúng ta cũng chấp nhận một điều là, với sự trôi chảy của dòng đời, một số nét đẹp của chúng ta hôm nay, ngày mai sẽ không còn được xem là đẹp nữa.

Với mong muốn góp phần "đi tìm cái đẹp", người viết đã cố gắng mạnh dạn vượt qua nỗi e sợ tất nhiên về trình độ và kiến thức giới hạn, để trình bày trong tập sách mỏng này những suy nghĩ, nhận thức của riêng mình. Hy vọng rằng, một việc làm xuất phát từ tấm lòng chân thật như thế sẽ có thể nhận được sự rộng lòng tha thứ từ quý vị độc giả về những sai sót tất nhiên không sao tránh khỏi.

Trân trọng,
Nguyên Minh

CHƯƠNG I

BÀN VỀ NHỮNG NGUYÊN TẮC SỐNG

Vì sao cần có những nguyên tắc sống

Khi tôi còn nhỏ, có lần tôi được nghe loáng thoáng một câu chuyện giữa cha tôi với mấy người bạn, trong đó ông đề cập đến niềm mong ước sẽ cố gắng nuôi dạy chúng tôi - tôi và các anh chị em - được khôn lớn nên người.

Với đầu óc ngây thơ lúc đó, tôi lấy làm thắc mắc: "Vì sao phải cố gắng nuôi dạy chúng tôi cho nên người? Tự nhiên thì chúng tôi cũng đã là người rồi kia mà!"

Tất nhiên chẳng có ai trong số quý độc giả lại có thể có một câu hỏi ngớ ngẩn kiểu ấy như tôi đâu. Nhưng vấn đề là ở chỗ chúng ta đôi khi vẫn hiểu khác nhau về khái niệm "nên người".

Có người xem việc này giản dị quá. Có người lại đặt ra những chuẩn mực, kỳ vọng cao xa quá. Và hiểu như thế nào để "không quá" thì quả thật là vấn đề còn phải bàn cãi khá nhiều. Ở đây sẽ không bàn đến điều này, nhưng chỉ nêu ra để cho thấy việc hình thành nhu cầu thiết yếu về những nguyên tắc sống trong mỗi một cộng đồng.

Vì sao khái niệm "nên người" lại có liên hệ đến vấn đề chúng ta đang trao đổi? Bởi vì, khi nói đến "nên người" là đã có hàm ý về việc "thế nào mới được gọi là người". Và khi đã xác định được khái niệm "người", thì những đối tượng "chẳng nên người" sẽ được phân biệt theo kiểu như là những "con vật đi hai chân", hay nói khác đi là phải chịu sự khinh miệt, coi rẻ của cộng đồng xã hội.

Một con người hiểu theo nghĩa này, cần phải có được những nhận thức đúng đắn tối thiểu mà cộng đồng xã hội quanh mình đòi hỏi. Người dân quê vẫn thường nói nôm na khi dạy dỗ con cái là "biết ăn biết ở", có nghĩa là ăn ở như thế nào để có thể được mọi người chung quanh yêu thương, kính trọng, hoặc tối thiểu cũng là chấp nhận được mà không bị phản đối. Và kèm theo với khái niệm này, chúng ta còn được nghe câu tục ngữ "Ăn thì dễ, ở thì khó." Đủ biết phép ứng xử trong đời sống được người xưa coi trọng như thế nào.

Nhưng con người không phải sinh ra là tự nhiên có thể "biết ăn biết ở" hiểu theo nghĩa này. Những điều đó phải học hỏi từ gia đình, xã hội, hay nói cách khác là phải được dạy dỗ, rèn luyện từ thuở nhỏ.

Mỗi thế hệ có trách nhiệm giáo dục, rèn luyện cho thế hệ tiếp theo, nếu như muốn bảo vệ được những giá trị tích cực về tinh thần cũng như vật chất đã đạt được của thế hệ mình. Và sự giáo dục, rèn luyện đó, tuy không tránh khỏi phần chủ quan của mỗi cá nhân, nhưng về mặt tổng quát cũng đã hình thành nên những nguyên tắc sống được cộng đồng chấp nhận. Tất nhiên là khi nói đến những nguyên tắc sống này, chúng ta không bao hàm những nguyên tắc đã được văn bản hoá thành luật pháp. Bởi vì, với loại nguyên tắc đó thì ngay cả khi chúng ta "không biết", cũng sẽ có người "dạy" cho ta biết ngay khi ta vi phạm vào.

* * *

Sự hình thành những nguyên tắc sống như thế trong mỗi cộng đồng cũng giúp tạo điều kiện để ngày càng hoàn thiện hơn sinh hoạt chung của cộng đồng đó, vì người ta có thể thông qua việc điều chỉnh các nguyên tắc này để làm cho cuộc sống trong xã hội ngày càng tốt đẹp, có ý nghĩa hơn. Ngoài ra, mỗi thế hệ cũng có thể dựa vào những nguyên tắc sống đã hình thành để dễ dàng truyền dạy lại cho thế hệ tiếp theo sau mình.

Như vậy, những nguyên tắc sống được hình thành từ việc tích luỹ kinh nghiệm sống qua từng thế hệ. Bằng vào thực tế người ta nhận ra được là mỗi cá nhân cần phải tuân theo những nguyên tắc nào để sinh hoạt của gia đình, của xã hội được hoà hợp, êm ấm. Hơn thế nữa, người ta cũng nhận ra những cách ứng xử tinh tế có thể thu phục được tình cảm, hoặc tạo ra sự kính trọng trong lòng người. Một cách cụ thể, những nguyên tắc chi li này bao hàm những nghi thức giao tiếp (phép xã giao), cách đi đứng, ăn mặc, nói năng, chào hỏi... ở nơi công cộng, khi tiếp xúc với mọi người... (phép lịch sự), cách ứng xử khác nhau trong các tình huống khác nhau, với những đối tượng khác nhau (thuật xử thế)... Nhưng quan trọng hơn hết là những nguyên tắc, cách nhận thức để định hướng đúng đắn cho mọi hành vi giao tiếp, ứng xử trong gia đình cũng như xã hội, sao cho có thể được xem như là một nếp sống đẹp.

Chính những nguyên tắc, cách nhận thức này sẽ được đề cập đến nhiều nhất trong sách này. Lấy ví dụ, trong quan hệ giữa cha mẹ với con cái, mỗi người đều có thể có những phương thức ứng xử riêng phù hợp với gia đình mình. Những chỉ dẫn chi li thường là rất ít khi phù hợp, nếu không muốn nói trong nhiều trường hợp hầu như là vô ích. Vì thế, chúng ta chỉ cần trao đổi về những nguyên tắc chung nhất, những nhận thức đúng đắn nhất có thể sẽ áp dụng được cho hầu hết mọi gia đình. Một trong những nguyên tắc này sẽ được bàn đến chẳng hạn như là "Đừng bao giờ cáu gắt với con cái." Bạn có thể sẽ đồng ý hoặc không đồng ý với nguyên tắc này, nhưng hy vọng của tập sách này tất nhiên là cố gắng thuyết phục một cách hợp lý sao cho được nhiều người cùng đồng ý.

Trải qua các thời đại

Khi nói đến những nguyên tắc sống đã được cộng đồng xã hội chấp nhận, chúng ta có thể nhận ra một điều là những nguyên tắc mà chúng ta đang đề cập đến trước đây hầu hết thường là thuộc loại "bất thành văn". Chúng được truyền dạy từ đời này sang đời khác, cha mẹ dạy cho con cái, người già dạy cho người trẻ, thậm chí mọi người đều truyền dạy lẫn nhau. Khi chúng ta lớn lên, có nhiều điều chúng ta biết được mà thậm chí không còn nhớ là mình đã học được từ lúc nào. Chẳng hạn, tôi không sao nhớ được từ lúc nào tôi đã được dạy là mỗi khi ngáp phải quay vào chỗ khuất và dùng tay che miệng lại. Lớp trẻ ngày nay có nhiều người chắc là không được dạy như thế, vì vậy ở nơi công cộng hoặc trên đường phố ta rất thường nhìn thấy những cái miệng ngoác ra rất to mà không chút e ngại gì! Sự truyền dạy theo lối "bất thành văn" đôi khi cũng có những giới hạn của nó.

Vì thế, ngay từ thời cổ đại, một số người đã cố gắng tìm cách ghi nhận lại những phương cách ứng xử, những hướng dẫn giao tiếp... thành những tập sách để có thể dễ dàng truyền dạy cho người khác. Mặc dù có thể đã phát sinh từ khi con người bắt đầu biết sống tập trung thành những cộng đồng xã hội sơ khai, nhưng những nguyên tắc loại này chỉ được biết là đã ghi lại thành tập sách đầu tiên vào khoảng 25 thế kỷ trước Tây lịch ở Ai Cập, vào thời vua Pharaoh, do một vị đại thần của nhà vua biên soạn. Ông này tên là Ptahotep, và tập sách của ông lấy nhan đề là "Những chỉ dẫn của Ptahotep".

Trong sách của Ptahotep, chúng ta còn thấy được một số những chỉ dẫn mà ngày nay có vẻ như khôi hài, nhưng thật kỳ lạ là chúng vẫn còn đúng đắn. Chẳng hạn như, ông chỉ dẫn về cách giao tiếp với những người có địa vị xã hội cao hơn mình như sau: "Hãy cười khi họ cười, điều đó sẽ làm cho họ cảm thấy thích mình." Hoặc ông khuyên một người đàn ông đối xử với vợ cần phải biết "... im lặng khi cần thiết, vì điều đó là một món quà đôi khi quý giá hơn một bông hoa..." Tương truyền tập sách đã được lưu hành rất rộng rãi và có ảnh hưởng lớn trong vùng Cận Đông trước cả khi Kinh Thánh ra đời. Vì thế, nó cũng có ảnh hưởng đến ngay cả lời lẽ trong Kinh Thánh nữa.

Ngược dòng thời gian đến những thời kỳ xa hơn nữa trong quá khứ, chúng ta không còn biết được một cuốn sách nào xưa hơn nữa có nội dung thuộc loại tương tự như cuốn sách này.

Tuy nhiên, những cố gắng của con người để ngày càng tỏ ra văn minh, lịch sự hơn - dù là văn minh, lịch sự theo cách của người cổ đại - còn được ghi nhận qua nhiều dấu vết công cụ được các nhà khảo cổ học tìm thấy.

Ngoài những công cụ thiết yếu cho lao động sống còn, người thời cổ cũng đã phát minh ra các vật dụng để sử dụng trong bữa ăn cho "dễ coi" hơn. Thay vì tiếp tục việc ăn bốc bằng hai tay, người ta dần dần biết dùng đến đũa, dao, muỗng, nĩa ...

Đôi đũa mà ngày nay chúng ta dùng đã được người Trung Hoa phát minh ra từ thời thượng cổ, nghĩa là nhiều ngàn năm trước Tây lịch. Những nền văn hoá chấp nhận sử dụng đôi đũa trên bàn ăn có sự khác biệt với những nền văn hoá dùng dao, nĩa để ăn. Hãy nghe một câu tục ngữ của người Trung Hoa nói lên quan điểm của họ: "Ngồi vào bàn để ăn, không phải để cắt xé xác chết." Theo quan điểm đó, thức ăn cứng hoặc dai thường được cắt sẵn theo kích cỡ vừa "đũa gắp", để người ăn không cần phải dùng đến dao và nĩa. Điều này có lẽ cũng còn phản ánh một phần nào đó quan điểm của người Á Đông nói chung, không thích nhìn ngắm những con vật bị mình ăn thịt. Tất nhiên, ngày nay thì vấn đề đã thay đổi khá nhiều, bởi vì việc dùng dao nĩa cũng không xa lạ mấy với rất nhiều người Á Đông.

Dao là công cụ được phát minh để dùng làm vũ khí trong săn bắt thú. Người ta tin là con dao đầu tiên phải có không dưới 1,5 triệu năm tuổi, theo những kết quả khảo cổ ở châu Phi và châu Á. Từ công dụng ban đầu là một loại vũ khí, những con người "lịch sự" đã bắt đầu đưa nó vào bàn ăn để hạn chế những thao tác bằng tay "khó coi" hơn. Thời xưa, dao rất quan trọng nên mỗi người chỉ được quyền sở hữu một con dao mà thôi. Chỉ những người có quyền thế trong cộng đồng mới được quyền giữ cho mình nhiều con dao. Điều này làm chúng ta liên tưởng đến việc hạn chế sở hữu súng đạn ngày nay. Có lẽ cũng tương tự như vậy.

Muỗng là một công cụ được phát hiện thấy ở tất cả các nền văn hoá cổ, và chỉ thuần tuý được dùng khi ăn thức ăn lỏng. Những chiếc muỗng xưa nhất có độ tuổi vào khoảng thời đại đồ đá cổ. Ban đầu muỗng được làm bằng xương, bằng đá... Về sau nó cũng được chế tạo bằng gỗ, bằng kim loại, ngay cả những kim loại quý như vàng và bạc. Trong các mộ cổ Ai Cập, người ta tìm thấy những cái muỗng bằng ngà, bằng vàng hoặc bằng bạc. Trong nền văn minh Hy La cổ, giới quý tộc dùng muỗng bằng đồng và bạc, còn những người bình dân thì dùng muỗng gỗ.

Nĩa là công cụ được dùng đến muộn màng nhất, nhưng có thể là cũng đã có từ khoảng thế kỷ thứ 4 trước Tây lịch. Đó là theo các kết quả khảo cổ. Còn việc sử dụng nĩa vào bàn ăn được người ta biết chắc chắn ít nhất cũng là từ thế kỷ 11 ở vùng Tuscany của nước Ý. Loại nĩa thời ấy chỉ có 2 chĩa, thay vì là 3 hoặc 4 như ngày nay. Đến thế kỷ 14 thì nó đã có mặt ở Anh quốc, nhưng chỉ được giới quý tộc sử dụng như một dấu hiệu trang trí, vì thế thường được làm bằng vàng hoặc bạc và có nạm cả đá quý. Tuy nhiên, cho đến thế kỷ 17 thì ngay cả ở nơi khai sinh ra nó là nước Ý, nĩa vẫn chưa được quần chúng chấp nhận rộng rãi. Những người bình dân nào dùng nĩa trong bữa ăn thường bị chế giễu là quá cầu kỳ. Trong thế kỷ 18 thì việc ăn bằng nĩa được xem như dấu hiệu đặc trưng của tầng lớp quý tộc thượng lưu.

* * *

Vào khoảng năm 1530, tại Phần Lan đã thấy xuất hiện một tập sách hướng dẫn các phép tắc ứng xử, đặc biệt được biên soạn để dạy dỗ trẻ em. Vì thế, sách có tựa là "Văn minh trẻ em".[1] Sách được xuất bản và lưu hành rất rộng rãi, được sự chấp nhận nồng nhiệt của công chúng đến nỗi phải tái bản đến 30 lần ngay trong khi tác giả của nó vẫn còn sống. Người biên soạn tập sách này là một triết gia thiên về giáo dục ở Rotterdam, có tên là Eramus. Qua tập sách, ông đã chỉ rõ tầm quan trọng của việc giáo dục các nguyên tắc sống trong cộng đồng xã hội cho trẻ em từ khi chúng còn rất nhỏ. Sau khi ông qua đời, sách tiếp tục được tái bản nhiều lần cho đến tận thế kỷ 19. Nó cũng được dịch ra nhiều ngôn ngữ khác và được biên soạn bổ sung, cũng như thêm vào các phần luận giải cho phong phú hơn. Đây là một tập sách có ảnh hưởng rất lớn về chủ đề này trên khắp phạm vi Châu Âu.

Gần đây hơn và cũng thành công không kém phần rực rỡ là cuốn sách dạy về phép lịch sự của bà Emily Post,[2] xuất bản vào năm 1922 tại Hoa Kỳ. Sách có ảnh hưởng sâu rộng với người Mỹ đến nỗi cái tên Emily Post được người ta dùng để chỉ cho một phong cách cư xử được xem là lịch sự và đứng đắn. Số lượng sách được phát hành cũng đạt đến một mức kỷ lục: tính đến năm 1945 đã bán ra được hơn nửa triệu bản! Vì thế, ngay cả hiện nay những chuẩn mực trình bày trong sách vẫn còn được rất nhiều người tôn trọng.

---

[1] Bản tiếng Pháp là De civilitate morum puerilium.
[2] Sách có tựa là Etiquette - The blue book of social usage.

Trong thời phong kiến - và một phần nào đó cho đến cả bây giờ - người Việt chịu ảnh hưởng rất nhiều bởi các nguyên tắc, nghi thức được ghi trong tập Thọ Mai Gia Lễ, khi tổ chức các nghi thức lễ tang, cưới hỏi, mừng thọ... Đây cũng là một hình thức văn bản hóa những ước lệ chung của cộng đồng về những vấn đề này. Ngoài ra, nền văn hoá của chúng ta còn ảnh hưởng sâu đậm bởi những điều được nhà Nho xưa gọi là "lễ giáo", xét cho cùng cũng chính là những nguyên tắc được áp dụng cho sinh hoạt của từng cá nhân trong cộng đồng.

Trong thời đại thông tin bùng nổ này, những sách dạy về phép lịch sự, phép xử thế.. cũng ngày càng nhiều hơn. Người ta đã phát hành những tập sách dày thu thập rất nhiều những nguyên tắc được thừa nhận rộng rãi trong việc xử thế, phép lịch sự, phép xã giao... Tôi có gặp được một tập cẩm nang loại này được sắp xếp theo vần ABC. Tuy nhiên, tôi đã thử tra cứu theo vần "NG" và không thấy có mục nào nói về cách ngáp sao cho đúng phép lịch sự!

Điều muốn nói ở đây là chúng ta hầu như không thể nêu hết được những phép lịch sự, cách ứng xử trong từng trường hợp... bởi vì chúng rất chi li, tỉ mỉ và gần như là quá nhiều đến nỗi không sao kê cứu hết. Chính vì vậy, dù là xưa hay nay, những cuốn sách như thế chỉ góp một phần, thậm chí là phần rất nhỏ, trong việc giúp cho chúng ta "nên người". Trong bối cảnh xã hội ngày nay, điều này càng dễ thấy hơn, vì các tình huống giao tiếp, sinh hoạt cộng đồng đã trở nên phong phú, đa dạng và thậm chí phức tạp đến nỗi không một người uyên bác nào có thể am tường được hết.

Vì thế, để có thể ứng xử tốt, trở thành một người lịch sự, hay nói theo cách nhìn của chúng ta trong tập sách này là để có thể sống đẹp, chúng ta không thể chỉ học hỏi rập khuôn theo những gì được ghi lại trong sách - cho dù là thật nhiều sách. Điều mà chúng ta thật sự cần có là một quan điểm, một nhận thức đúng đắn về vấn đề. Với nền tảng này, chúng ta có thể tiếp tục học hỏi tiếp thu những chi tiết, những phương thức ứng xử trong từng trường hợp, hoặc thậm chí có thể sáng tạo ra chúng mà vẫn đạt được hiệu quả tốt đẹp trong giao tiếp hoặc trong cuộc sống cộng đồng nói chung.

Vài quan điểm khác nhau thời hiện đại

Chúng ta đã nói qua về sự hình thành của những nguyên tắc sống trong một cộng đồng xã hội, và tầm quan trọng của nó trong việc giữ cho sinh hoạt chung của toàn xã hội được hài hoà, giảm thiểu tối đa những bất đồng giữa các cá nhân. Đối với những xã hội xưa kia, những phân tích này hoàn toàn có thể chấp nhận được vì tính cụ thể, rõ ràng của chúng. Tuy nhiên, trong xã hội ngày nay, khi mà vai trò của tự do cá nhân được đề cao tối đa, ý thức độc lập về tư tưởng, quan điểm, nhận thức... đều được mọi người ưa chuộng, thì không thể tránh được sự phát sinh một vài quan điểm khác nhau. Chẳng hạn như, có cần đến những nguyên tắc cũ nữa hay không? Và nếu cần, thì việc tuân thủ các nguyên tắc này có thể chấp nhận được đến mức độ nào? Hoặc là, việc tuân theo các nguyên tắc chi li trong giao tiếp, ứng xử... liệu có phải là có lợi, hay ngược lại nó làm cho con người trở nên căng thẳng, khó khăn hơn trong cuộc sống vốn đã có quá nhiều điều để lo toan? Chúng ta sẽ không bàn đến việc đúng hay sai của từng quan điểm, nhưng sẽ điểm qua các nguyên nhân phát sinh và lập luận của từng quan điểm, để từ đó mỗi người tự chọn cho mình một cách suy nghĩ mà mình cho là thích hợp nhất.

Sự khác biệt lớn của ngày nay so với các xã hội trước đây là tính hoàn chỉnh của hệ thống pháp luật. Những bộ luật ngày nay đồ sộ hơn ngày xưa rất nhiều. Lấy một ví dụ gần nhất ở nước ta, nếu đem so luật Hồng Đức thời Lê cho đến luật Gia Long vào thời nhà Nguyễn - nghĩa là cũng chỉ mới gần đây thôi - và hệ thống pháp luật hiện nay của chúng ta, sẽ thấy sự cách biệt rất lớn về cả số lượng lẫn chất lượng.[1] Nhìn sang đến luật pháp của các nước lớn như Nga, Mỹ, Anh, Pháp, Đức... mỗi nơi một vẻ, nhưng cũng đều đồ sộ và chi li hơn trước đây rất nhiều. Điều này có thể hiểu được dễ dàng bởi những lý do rất cụ thể. Thứ nhất, do sự kế thừa và hoàn chỉnh từ những gì đã có, nên luật pháp ngày càng phát triển hơn về mọi khía cạnh là điều tất nhiên. Thứ hai, luật pháp ngày nay do chính quần chúng nhân dân tham gia xây dựng, thông qua việc đóng góp ý kiến và bầu ra các đại diện của mình, không còn là công việc của một nhóm rất ít các nhà chuyên môn như ngày xưa nữa. Điều đó dẫn đến việc luật pháp có thể bao hàm được hầu hết mọi phạm vi sinh hoạt của mỗi cá nhân trong xã hội, và dự kiến những biện pháp điều chỉnh thích hợp khi cần thiết.

Sự phát triển như thế đã cho phép luật pháp can thiệp nhiều hơn vào hành vi của một cá nhân. Lấy một ví dụ, ngày xưa một người đánh vợ thô bạo và vô cớ có thể bị chê cười, chỉ trích hoặc thậm chí bị khinh miệt, nhưng không ai có quyền can thiệp trực tiếp vào việc đó, với nguyên tắc rất chung chung là "đèn nhà ai nấy sáng". Vì vậy, đối xử tốt với vợ chỉ là một nguyên tắc sống, một phép ứng xử mà người muốn "sống đẹp" phải tôn trọng. Trong bối cảnh đó, sự khinh chê, áp lực tâm lý của cộng đồng đóng một vai trò quan trọng để điều chỉnh hành động này. Những ai không tuân theo các nguyên tắc đã được cộng đồng thừa nhận sẽ bị xem là không "biết ăn biết ở", nghĩa là không "nên người".

Sự việc này ngày nay đã khác hẳn, vì bị xem là một hành vi vi phạm pháp luật rõ ràng. Như vậy, dù có muốn sống đẹp

---

[1] Luật Gia Long hay Hoàng triều luật lệ của triều Nguyễn có 398 điều, trong đó chỉ có 166 điều luật hình mà thôi.

hay không, cá nhân cũng không có quyền thực hiện những hành vi tương tự, vì sẽ có sự can thiệp tức thì của xã hội. Điều này có nghĩa là, rất nhiều nguyên tắc sống trước đây, giờ đã được đưa vào luật pháp, và những điều không đưa vào luật pháp chỉ còn là những điều "vô thưởng vô phạt" theo quan điểm của một số người, như việc ngoác miệng thật to khi ngáp trên đường phố chẳng hạn.

Do sự khác biệt thực tiễn này, một số người cho rằng không còn cần đến những nguyên tắc sống như ngày xưa nữa. Bởi vì, những gì thật sự cần thiết tất nhiên đã được đưa vào luật pháp. Còn những gì luật pháp không đề cập đến thì tất nhiên là không có gì cần thiết. Nếu thích thì cứ học, cứ theo; bằng không thì thôi, cũng chẳng sao!

Tuy nhiên, bằng vào cảm tính, mỗi người chúng ta hẳn là đều đã có ít nhất cũng một lần thấy khó chịu hoặc "chướng tai gai mắt" vì tiếp xúc với một người sống "không đẹp". Một bà sồn sồn ngồi nói huyên thuyên trong bàn tiệc cưới, chẳng cho ai mở lời, và mọi người cũng chẳng biết tránh đi đâu khác vì sợ mích lòng gia chủ... Hoặc một thính giả cùng nghe nhạc thính phòng mà cứ liên tục hắt hơi, khạc nhổ hoặc tuôn ra đủ thứ các tiếng động "cá nhân" chẳng kể gì đến sự tập trung thưởng thức của những người chung quanh... Những điều đó đều không có ghi trong luật pháp, không bị "chế tài" bởi bất cứ hình phạt nào, nhưng không ai có thể phủ nhận được sự khó chịu tất nhiên mà chúng gây ra cho mọi người khác.

Như vậy, thực tế là luật pháp vẫn không làm sao chi phối hết mọi hành vi của một cá nhân để họ trở nên những người "sống đẹp". Điều này vẫn phải cần đến ý thức tự giác học hỏi, rèn luyện của mỗi người, và một nhận thức đúng đắn về mỗi hành vi của mình trong cộng đồng xã hội. Điều này cũng có nghĩa là vẫn cần phải có những nguyên tắc sống nhất định tồn tại, để theo đó mà giáo dục, rèn luyện nếu như muốn cho con cái được "nên người".

Nhưng vấn đề là những nguyên tắc như thế nên được tồn tại ở mức độ nào? Có những nguyên tắc không thể phủ nhận được tính khắt khe hoặc không hợp thời nữa của chúng, và vì thế bất cứ ai cũng có thể đồng ý là không nên tồn tại. Chẳng hạn như một phụ nữ bo bo giữ câu "xuất giá tùng phu" phải cúi đầu nhẫn chịu chung sống với anh chồng sáng say chiều xỉn mà không có chút dấu hiệu cải hối nào. Hoặc một bậc cha mẹ nào đó cứ vin vào câu "cha mẹ đặt đâu con ngồi đó" để ép gả con gái cho một người mà cô ta không hề thương yêu... Những điều này có lẽ miễn bàn.

Nhưng cũng có những nguyên tắc vẫn còn giữ được tính thiết yếu, cần thiết trong đời sống mà không ai có thể phủ nhận được. Chẳng hạn như con cái nhất thiết phải tôn kính cha mẹ, hoặc học trò cũ phải tôn kính thầy cô giáo đã dạy mình trước đây... Bất kể địa vị xã hội của bản thân có leo cao đến đâu cũng không được lấy đó mà coi thường các vị ấy, cho dù hiện tại các vị có kém thua mình đến đâu đi chăng nữa. Một người không giữ được điều này thì dù có biết đến một vạn điều tinh vi, tế nhị khác nữa cũng chẳng thể xem là biết "sống đẹp", vẫn bị xã hội xem như là chưa "nên người".

Bản thân tôi đã có lần tận mắt chứng kiến một trong những trường hợp này. Hồi đó tôi còn đi giảng dạy Anh ngữ ở một trường phổ thông. Mặc dù chỉ là một giáo viên hợp đồng, nhưng tôi vẫn được mời tham gia hội nghị xây dựng kế hoạch năm học vào đầu niên khoá. Sau hội nghị, tôi thấy một trong các giáo viên lớn tuổi có vẻ hơi khó chịu. Vốn chơi khá thân với vị này, tôi liền mượn cớ mang cho ông một ly nước ngọt để tiện hỏi riêng. Ông nhìn tôi rồi cười có vẻ chua chát, nói: "Anh xem, cái ông phó phòng hôm nay về dự hội nghị ấy, thậm chí chẳng thèm chào tôi một tiếng nữa. Ngày xưa nó đã từng học với tôi ba năm tiếp đấy."

Tôi hiểu tâm trạng của thầy, và càng hiểu rõ cái "không

đẹp" của ông phó phòng "tuổi trẻ tài cao" kia. Hẳn là không ai trong chúng ta có thể đồng ý với một hành vi kiểu đó.

Vấn đề là, giữa những nguyên tắc cần phải bỏ đi và những nguyên tắc không thể bỏ đi, còn có vô số những vấn đề không dễ nhất trí với nhau là cần thiết hay không cần thiết. Dưới góc nhìn của người này, một vấn đề có thể là cần thiết, với một người khác thì lại không. Và ngược lại. Như vậy, dựa vào đâu để chúng ta có thể xác định được những gì nên giữ và những gì không nên giữ? Chuyện nhỏ nhặt như việc ngoác miệng ra ngáp ở nơi công cộng, tuy có làm cho một số người cảm thấy khó chịu, nhưng lại cũng có những người khác cho là bình thường, chẳng có gì đáng kể!

Trong thời đại mà cái "tôi" của mỗi cá nhân được tôn trọng hơn bao giờ hết, và thậm chí là được cả pháp luật bảo vệ, thì sự khen chê của cộng đồng cũng ngày càng giảm thiểu đi đáng kể. Thiên hạ bây giờ tôn sùng chủ nghĩa "ba không" đối với hành vi của người khác: không quan tâm, không bình luận, không can thiệp. Bởi vậy, nếu như có ai đó có những hành vi "không đẹp" thì đó là chuyện của họ, miễn đừng vi phạm pháp luật thì thôi, can thiệp đến, khen chê để làm gì? Mà nếu thiên hạ đã thế thì việc gì mình phải quan tâm đến việc rèn luyện, chú ý từng hành vi nhỏ nhặt để mà chi? Quan điểm như thế cũng là một quan điểm có thể hiểu được trong bối cảnh thay đổi của thời hiện đại.

Từ cách nghĩ như thế, một số người bắt đầu cho rằng những nguyên tắc ứng xử chi li, tỉ mỉ nếu đã không cần thiết, tất nhiên là chúng sẽ có tác dụng ngược lại. Trong thời buổi này, người ta chạy đua nhau với tốc độ phi thuyền, mọi việc làm đều hối hả và thời biểu trong ngày thì bao giờ cũng dư việc thiếu giờ. Nếu đã vậy, việc quan tâm thêm đến các chi tiết nhỏ nhặt trong cuộc sống chẳng là một gánh nặng căng thẳng chồng chất thêm đó sao? Bản thân mình đã vậy, nói gì đến việc quan tâm dạy dỗ, rèn luyện cho con cái?

Theo một cách nghĩ khác, có người cho rằng sự tự do, thoải mái trong sinh hoạt của mỗi người là quan trọng hơn những phép tắc vốn lúc nào cũng phải quan tâm đến người khác. Bạn bè đi chơi với nhau, thích ăn mặc gì, nói năng ra sao, cứ tự do theo ý mình chẳng dễ chịu hơn là cứ theo nguyên tắc này nguyên tắc nọ hay sao? Nếu ai cũng như ai, chẳng ai can thiệp đến ai là được rồi, việc gì phải như thế này hay như thế khác cho thêm mệt óc?

Tuy nhiên, nói gì thì nói, mỗi khi tiếp xúc với bất cứ ai, nhất là lần đầu tiên, thì ấn tượng tốt hay xấu, tích cực hay tiêu cực, do những hành vi ứng xử, nói năng, hoặc thậm chí phong cách ăn mặc của người ấy tạo ra cho ta là điều không thể phủ nhận được. Vì thế, trong những chương về sau chúng ta sẽ trở lại vấn đề này.

Nhận thức mới cho nguyên tắc cũ

Để dạy dỗ cho con cái "nên người", nghĩa là "biết ăn biết ở", người xưa đã có rất nhiều hình thức giáo dục khác nhau. Một trong những hình thức tiêu biểu nhất, và có lẽ cũng là quan trọng nhất, là thông qua ca dao và tục ngữ. Những câu hát ru, những câu tục ngữ được dùng trong ngôn ngữ hàng ngày... ghi đậm nét vào những khối óc non nớt của trẻ con, và hình thành nên một phong cách sống nhất định phù hợp với những chuẩn mực của cộng đồng. Ngoài ra, việc trực tiếp khen, chê, la rầy, quở trách, thậm chí là roi vọt, trừng phạt... của người lớn trong gia đình cũng có vai trò quan trọng và được mỗi người chúng ta ghi nhớ rất sâu đậm khi trưởng thành. Rất nhiều quan điểm sống hoặc thậm chí phong cách sống, lời ăn tiếng nói... của chúng ta cũng được cha mẹ rèn đúc từ thuở bé.

Tiếc thay, ngày nay có nhiều người không nhận rõ được tầm quan trọng của vấn đề này. Tôi có quen biết nhiều gia đình, vì cha mẹ có công ăn việc làm ổn định và thậm chí là rất tốt, nên các vị dành trọn thời gian cho công việc và giao phó con cái cho người khác, chẳng hạn như nhà trẻ, nhà trường... Tôi không phủ nhận khả năng giáo dục của những nơi như thế, nhưng loại bỏ yếu tố gia đình ra khỏi việc dạy dỗ con cái chắc chắn là một sai lầm. Nhiều năm sau, tôi tin chắc là các bậc cha mẹ này rồi sẽ hối tiếc vì không thể dùng những tiền bạc tích luỹ được của mình để làm thay đổi con cái nếu như chúng có điều gì đó không được như mong muốn.

Vì vậy, nhận thức đúng về các nguyên tắc sống không chỉ có giá trị cho bản thân chúng ta, mà còn mang ý nghĩa giáo dục, trao truyền cho thế hệ kế tiếp.

Tôi nhấn mạnh ở đây vấn đề nhận thức, bởi vì tôi cho rằng đó là điểm xuất phát và có tính cách chi phối quan trọng đối với những gì mà chúng ta sẽ tiếp tục trao đổi.

Khi bản thảo của tập sách này được viết xong lần đầu tiên và đang trong giai đoạn sửa chữa, tôi đã mang ra trao đổi với một số bạn bè để tranh thủ ý kiến đóng góp. Một số các bạn tôi cho rằng cụm từ "nguyên tắc sống" mà tôi dùng trong sách có vẻ quan trọng quá, nên thay bằng một cụm từ khác có ý nghĩa "nhẹ nhàng" hơn, chẳng hạn những cụm từ như phép lịch sự, nghi thức xã giao, thuật xử thế, cách ứng xử...

Tôi cho rằng những cụm từ ấy quả đúng là đều chỉ đến cái mà tôi gọi là "nguyên tắc sống", nhưng không có cụm từ nào trong đó có thể bao hàm được đầy đủ những ý nghĩa mà tôi muốn đề cập đến. Hơn thế nữa, sự "quan trọng" ở đây chính là dụng ý của tôi khi dùng từ, vì những điều được nói đến tuy có thể là rất nhỏ nhặt, vụn vặt, nhưng nếu nhận thức từ góc độ làm đẹp cho đời sống của mỗi cá nhân và cho toàn xã hội thì chúng không kém phần quan trọng chút nào so với những vấn đề khác mà chúng ta cho là quan trọng trong cuộc sống.

Đây cũng chính là vấn đề nhận thức mà tôi vừa nói đến. Bởi vì nếu chúng ta nhận thức đúng được tầm quan trọng của những vấn đề nhỏ nhặt trong hành vi giao tiếp, ứng xử của mỗi cá nhân trong cộng đồng, thì chúng ta mới có thể thấy rằng việc tự mình rèn luyện hoặc dạy dỗ cho con cái những điều ấy không phải là những việc "phí thì giờ vô ích" như một số người vẫn nghĩ.

Cũng trong vấn đề nhận thức, chúng ta đều biết rằng mỗi một vấn đề, một phát biểu... đôi khi có thể được hiểu theo nhiều cách khác nhau tuỳ theo nhận thức của mỗi người. Chẳng hạn như, nói về cách đối nhân xử thế, câu "Ở sao cho vừa lòng người" có thể được hiểu theo ít nhất là hai cách khác nhau.

"Ở sao cho vừa lòng người" có thể được hiểu là một lời cảnh giác, cần phải hết sức thận trọng trong giao tiếp để có thể giảm bớt tối đa sự đụng chạm, gây khó chịu cho người khác, bởi vì mỗi hành vi của chúng ta đều có thể dễ dàng bị một ai đó chê trách, không hài lòng.

"Ở sao cho vừa lòng người" cũng có thể được hiểu theo nghĩa là "chín người mười ý", thôi thì mặc kệ họ, hơi đâu mà quan tâm, bởi vì cho dù chúng ta có thận trọng đến đâu đi nữa, cũng chẳng thể nào làm hài lòng tất cả mọi người được kia mà!

Hiểu theo cách nào, điều đó tuỳ thuộc vào nhận thức của mỗi người, và hệ quả như thế nào, cũng là chuyện mỗi người tự nhận biết lấy.

Lấy một ví dụ khác, câu "Ở bầu thì tròn, ở ống thì dài" cũng có thể được hiểu theo ít nhất là hai cách khác nhau. "Ở bầu thì tròn, ở ống thì dài" có thể được hiểu là hãy ứng xử phù hợp theo với từng hoàn cảnh, môi trường cụ thể chung quanh mình, bởi vì một hành động có thể là thích hợp trong hoàn cảnh này nhưng lại không thích hợp trong một hoàn cảnh khác, môi trường khác... "Ở bầu thì tròn, ở ống thì dài" cũng có thể được hiểu là phải biết chiều tuỳ, thay đổi cách sống tuỳ theo nơi mình đến, đừng cứng nhắc giữ theo những quan điểm hay cách sống của riêng mình... Hiểu theo cách nào, lại cũng là tuỳ theo nhận thức của mỗi người.

Tất nhiên là sẽ chỉ có một cách hiểu đúng nếu như chỉ có một nhận thức đúng.

* * *

Ngày nay ca dao, tục ngữ không còn giữ được vai trò như xưa kia nữa. Chẳng có mấy bà mẹ ru con bằng cách hát ca dao. Ngôn ngữ hàng ngày của lớp trẻ cũng hiếm khi dùng đến ca dao, tục ngữ... Tuy có những nỗ lực nhất định để "giữ gìn bản sắc văn hoá dân tộc", nhưng cũng chẳng làm sao giành lại được chỗ đứng của ca dao tục ngữ trong đời sống như trước kia. Âu đó cũng là lẽ tất nhiên khi chúng ta vươn đến một nhịp sống mới không còn êm ả như gió chiều đồng quê ngày cũ nữa.

Mất đi một phương cách giáo dục hiệu quả như ca dao tục ngữ, vai trò của các bậc cha mẹ lại càng quan trọng, thiết yếu hơn trong việc giáo dục cách sống cho con cái.

Nhưng cha mẹ ngày nay cũng không thể áp dụng lối giáo dục mạnh tay như ngày trước nữa. Con cái đã "văn minh" hơn nhiều, không thể quát tháo la mắng tuỳ tiện, càng không thể dùng đến roi vọt để nhắc nhở. Vấn đề ngày nay là phải tự mình có một nhận thức đúng đắn và dạy dỗ, rèn luyện con cái để chúng cũng có được một nhận thức đúng đắn.

Như vậy, nguyên tắc sống ngày nay không còn là những nguyên tắc cứng nhắc như xưa kia, để người lớn có thể bắt trẻ con ghi nhớ nằm lòng rồi theo đó mà ứng xử. Mặt khác, sinh hoạt xã hội đã thay đổi theo chiều hướng ngày càng đa dạng, phong phú, những bối cảnh giao tiếp ngày càng mới mẻ, phức tạp, nhiều khi chúng ta rơi vào những tình huống mà chắc chắn là cha mẹ chúng ta ngày trước chưa từng gặp phải. Và nếu vậy, thế hệ trước làm sao có thể chỉ dẫn cho thế hệ sau một cách cụ thể trong những trường hợp này. Do đó, chỉ có thể đưa ra những nguyên tắc chung, một nhận thức đúng về vấn đề, hơn là chỉ dạy tỉ mỉ từng sự việc mà vốn dĩ người dạy cũng như người học chẳng bao giờ đề cập được hết.

Chính vì vậy, một người sống đẹp trong thời hiện đại này không cần phải là người am hiểu và thực hiện theo đầy đủ tất cả những phép lịch sự, cách xử thế... như hàng tá cuốn sách đã sưu tập và in ra. Hơn nữa, dù có muốn làm một người am hiểu theo cách đó vào thời này rõ ràng cũng không ai có thể làm nổi, bởi có quá nhiều những yêu cầu ứng xử trong vô số tình huống mà không có sách vở nào đề cập cho đủ cả.

Thay vì vậy, vấn đề quan trọng là nên tự rèn luyện cho mình một phong cách sống sao cho thích hợp, một nhận thức đúng đắn về thế nào là sống đẹp, để rồi từ đó quyết định việc phải ứng xử như thế nào trong từng tình huống cụ thể. Ngay cả những nguyên tắc dù đã có từ xưa nay, cũng vẫn cần phải được vận dụng bằng một nhận thức phù hợp với hiện tại thì mới có thể giúp chúng ta trở thành một người sống đẹp.

* * *

CHƯƠNG II
SỐNG ĐẸP VỚI CHÍNH MÌNH

Thế nào là sống đẹp với chính mình

Thường thì người ta hay nói đến việc phải sống như thế nào với những người chung quanh ta, chẳng hạn như cung cách ứng xử trong gia đình, ngoài xã hội, ở nơi làm việc, nơi công cộng... Nhưng ít có ai lưu ý đến việc phải sống như thế nào với chính mình. Nhưng thực ra, đây mới chính là nền tảng để bắt đầu một cách sống đẹp.

Ý tưởng này thật ra chẳng có gì mới mẻ, mà đã có từ xa xưa. Sự quên lãng của chúng ta cũng không có nghĩa là nó không còn đúng đắn, mà chỉ mang lại sự thiệt thòi cho chính chúng ta vì không thể nhìn nhận vấn đề một cách thấu đáo như bản chất thực sự của nó. Nhà Nho xưa vẫn thường nhắc câu "tu thân, tề gia, trị quốc, bình thiên hạ". Thiên hạ ngày nay hẳn không mấy ai nghĩ đến chuyện "bình", nhưng "tề gia, trị quốc" thì vẫn còn là những vấn đề luôn mang tính thời sự. Riêng về khoản "tu thân", có vẻ như ngày nay người ta không còn quan tâm đến nhiều như trước kia. Ngày nay, chúng ta "học" rất nhiều nhưng "tu" rất ít. Bởi vậy, bằng cấp, tri thức thì rất nhiều, đếm không hết, nhưng tìm được một người có phong cách đáng để ngưỡng mộ và học hỏi thì thật khó!

Việc trang bị kiến thức cho bản thân là điều cần thiết. Thậm chí là cực kỳ cần thiết trong thời đại ngày nay, khi mà tri thức trở thành một trong các yếu tố nhất thiết phải có để kiếm sống. Tuy nhiên, có một kiến thức rộng không có nghĩa là đã thật sự "nên người". Người xưa thường phân biệt hai yếu tố "tài" và "đức" để làm nên một con người hoàn thiện. Tài thì một phần nào đó có thể học để có được, nhưng đức thì chỉ có thể có được bằng cách biết "tu thân" mà thôi. Dù có đọc sách vở trăm ngàn quyển mà không biết hoặc không quan tâm đến việc tu thân thì vẫn không thể do đâu mà trở thành người "tài đức vẹn toàn" được.

Chữ tu (修) nguyên là một từ gốc Hán, có nghĩa là sửa. Sửa ở đây là sửa những điều sai trái. Con người sinh ra không biết có thể học cho biết, nhưng nếu muốn hoàn thiện chỉ có thể bằng một phương cách duy nhất là tự rèn luyện ý thức nhận lãnh trách nhiệm và sửa sai chính mình. Bởi vì hầu hết chúng ta sinh ra vốn là không hoàn thiện, là thường xuyên mắc phải sai lầm.[1] Nhưng đồng thời, chúng ta ai ai cũng sẵn có năng lực phục thiện, sửa chữa sai lầm để ngày càng tốt đẹp hơn. Việc tu thân có ý nghĩa quan trọng là như thế.

Nhưng "tu thân" thì lại có liên hệ gì đến việc sống đẹp với chính mình? Bởi vì, tu thân cũng chính là một cách để sống đẹp với chính mình. Khi chúng ta cư xử tốt đẹp với người khác, chúng ta làm cho người ấy hài lòng, vui vẻ. Đổi lại, chúng ta cũng sẽ nhận được tình cảm hoặc sự kính trọng. Hoàn thiện bản thân để ngày càng tốt đẹp hơn là cách hiệu quả nhất để mang lại niềm vui cho chính mình, loại bỏ những mặc cảm thua kém hoặc tội lỗi... Đồng thời, nếu việc hoàn thiện bản thân của chúng ta được thực hiện có hiệu quả, chúng ta cũng nảy sinh một niềm tự hào chính đáng về bản thân. Hiểu theo cách này, hoàn thiện bản thân rõ ràng là một trong những cách để sống đẹp với chính mình.

Nói cách khác, sống đẹp với chính mình có nghĩa là sống

---

[1] Người Anh có câu cách ngôn rằng: To err is human - Lầm lỗi là (bản chất) con người.

như thế nào để bản thân ngày càng hoàn thiện hơn, mang lại niềm vui sống và một tâm hồn hướng thượng.

Chỉ khi nào tự thân chúng ta có một nếp sống hướng thượng, có một tâm hồn vui tươi, lành mạnh, chúng ta mới có thể thật sự trở thành một người sống đẹp giữa đời.

Sống đẹp với chính mình

Từ nhận thức về tầm quan trọng của việc hoàn thiện bản thân và tự hình thành niềm vui sống nội tại, chúng ta có thể nhận ra được nhiều phương thức để đạt đến điều đó. Mỗi người có thể có những môi trường, hoàn cảnh khác nhau, vì thế cũng sẽ có những cách vận dụng khác nhau. Tuy nhiên, trên nguyên tắc chung chúng ta vẫn có thể đồng ý với nhau một số nét cơ bản về những phương thức này.

1. Giữ gìn và rèn luyện sức khoẻ

Không có quyển sách nào nói về một nếp sống hạnh phúc mà lại không đề cập đến việc giữ gìn và rèn luyện sức khoẻ. Nói cách khác, đây là một nguyên tắc đã xưa cũ lắm rồi. Tuy nhiên, điều đó hoàn toàn không có nghĩa là nó không còn đúng đắn. Hơn thế nữa, khi đề cập đến nguyên tắc xưa cũ này, chúng ta hãy thử nhìn nhận nó bằng một nhận thức khác hơn đôi chút.

Trước đây, chúng ta vẫn thường cho rằng việc giữ gìn và rèn luyện sức khoẻ là vì lợi ích của bản thân, gia đình và xã hội. Chúng ta luôn dễ dàng thấy được những lợi ích này mà không cần thiết phải có ai chỉ ra cặn kẽ, bởi vì những điều đó bao giờ cũng thể hiện rõ ràng trong cuộc sống hàng ngày của mỗi chúng ta. Tuy nhiên, chúng ta ít khi nghĩ rằng phải giữ gìn và rèn luyện sức khoẻ như một trách nhiệm, một nghĩa vụ đối với chính bản thân mình. Nhận thức theo cách này, chúng ta sẽ thấy vấn đề thay đổi đi trong một số tình huống.

Vì sao nói rằng việc giữ gìn và rèn luyện sức khoẻ là một trách nhiệm đối với chính bản thân mình? Bởi vì quả thật chúng ta không thể nào vui sống được nếu bản thân chúng ta không được khoẻ khoắn, lành mạnh và ở trong những điều kiện sức khoẻ tốt. Và nếu điều đó rõ ràng là nền tảng cơ bản để mang lại cuộc sống hạnh phúc cho ta, tại sao chúng ta lại không có trách nhiệm phải giữ gìn, bảo vệ nó?

Khi chúng ta cần một người giúp việc, chúng ta luôn quan tâm đến các điều kiện làm việc của người ấy. Công ty chăm lo sức khoẻ cho công nhân, các ông chủ chia một phần lợi nhuận để bồi dưỡng thêm cho những người có đóng góp tích cực vào công việc... những điều đó đều là dấu hiệu của một nhận thức đúng đắn, có tinh thần trách nhiệm. Thậm chí luật lao động hiện nay đã đưa ra những điều kiện nhất định bắt buộc các chủ thuê phải thực hiện về việc chăm sóc sức khoẻ và đời sống cho công nhân. Hơn thế nữa, hiệu quả của nhận thức này trong việc nâng cao thêm năng suất làm việc có lẽ chúng ta cũng dễ dàng đồng ý.

Thế nhưng với chính bản thân mình thì chúng ta lại rất thường không xem đó là một vấn đề trách nhiệm. Vì không là trách nhiệm, nên nhiều người chỉ xem việc giữ gìn và rèn luyện sức khoẻ là việc nên làm, thay vì là bắt buộc phải làm. Giữa hai cách nhận thức này rõ ràng là có sự khác biệt.

Thử liên tưởng đến việc giáo dục nâng cao dân trí hay xoá nạn mù chữ. Nếu chúng ta chỉ mãi mãi hô hào, vận động đó là việc "nên làm", liệu chúng ta có được một nước Việt như ngày hôm nay chăng? Bằng mọi biện pháp, chúng ta đã hướng nhận thức vấn đề đến chỗ "bắt buộc phải làm", và nhờ đó mà có được sự chuyển mình kỳ diệu nhanh chóng của toàn xã hội. Không chỉ riêng ở nước ta, chính sách cưỡng bức giáo dục được áp dụng ở nhiều nơi trên thế giới cũng đều mang lại những kết quả tốt đẹp mà không mấy ai phải phàn nàn.

Đôi khi tôi tự nghĩ, tại sao chúng ta không thể có những chính sách tương tự cho việc giữ gìn và rèn luyện sức khoẻ? Xét cho cùng thì sức khoẻ của mỗi cá nhân cũng là một trong những yếu tố quan trọng góp phần làm nên một đất nước hùng cường. Chẳng hạn, chúng ta hô hào, vận động tập thể dục, nhưng không bắt buộc. Chúng ta tuyên truyền bỏ thuốc lá, nhưng không cấm thuốc lá... Rõ ràng là về mặt nhận thức, chúng ta mới chỉ xem đó là những điều "nên làm" chứ chưa là điều "bắt buộc phải làm".

Tuy nhiên, đó là chuyện chung của toàn xã hội, không phải phạm vi bàn luận trong tập sách này. Vấn đề là ở chỗ, nếu chúng ta thực sự muốn trở thành người sống đẹp, đồng thời cũng có nghĩa là muốn có một cuộc sống hạnh phúc, thì tự thân chúng ta phải thay đổi nhận thức này trước đã. Hãy xem việc giữ gìn và rèn luyện sức khoẻ là một trách nhiệm phải làm, thay vì chỉ là một việc nên làm.

Là một "động vật bậc cao" có ý chí, con người có khả năng nhận thức đầy đủ và điều chỉnh được mọi hành vi của bản thân mình. Điều này là một lợi thế, nhưng nếu chúng ta không có một nhận thức đúng đắn, cũng rất dễ sa vào chỗ đi ngược lại các bản năng tự nhiên. Chúng ta thường dễ nhìn thấy những lợi ích trước mắt của sự làm việc quá độ, mà không nhìn xa hơn đến sự bất lợi của một sức khoẻ bị hao mòn.

Khi chúng ta buộc những người khác làm việc quá sức vì mình, chúng ta sẽ bị chỉ trích, phê phán hoặc thậm chí phản đối. Nhưng khi chúng ta tự vắt kiệt sức lực của bản thân, chúng ta không chịu lắng nghe sự phản đối của chính mình. Chúng ta đối xử đẹp với mọi người, nhưng lại không sống đẹp với chính mình.

Nếu bạn là người không mắc phải những sai lầm loại này, tôi thành thật chúc mừng bạn. Nhưng rất nhiều, rất nhiều người mà tôi quen biết đều thường xuyên hoặc thỉnh thoảng có sai lầm như thế.

Ngay trong ngày hôm nay, hãy nghĩ lại xem bạn đã sống đẹp với chính mình về khía cạnh này hay chưa? Và nếu như cần phải thay đổi, tôi tin là bạn thừa biết sẽ phải làm gì.

2. Đừng khắt khe với bản thân

Khi có ai đó quanh ta phạm phải một sai lầm, ta thường cân nhắc rất lâu, rất kỹ lưỡng trước khi đưa ra một lời góp ý, chỉ trích hay phê phán. Ta làm như vậy vì ta có sự tôn trọng người ấy, ta cần suy nghĩ thật chín chắn xem đó có thực sự là một sai lầm hay chăng, và nếu quả đó là một sai lầm, thì có đến mức độ cần phải chỉ trích, phê phán hay chưa, hoặc sẽ phê phán đến mức độ nào... Sau đó, khi đã quyết định đưa ra lời chỉ trích hoặc phê phán ở mức độ thích hợp, nếu người đó chịu thừa nhận lỗi lầm và hứa cố gắng sửa đổi, chúng ta sẽ sẵn sàng vui vẻ bỏ qua mọi việc.

Điều kỳ lạ là chúng ta thường không làm như thế với chính bản thân mình. Mỗi khi phạm phải một sai lầm, chúng ta thường suy nghĩ về sai lầm đó, và nếu có dẫn đến những thiệt hại nhất định cho bản thân hoặc người chung quanh, chúng ta càng ray rứt nhiều hơn nữa.

Biết tự trách mình là yếu tố cần thiết đầu tiên để tự hoàn thiện. Vấn đề là chúng ta thường hay đi đến chỗ quá khắt khe với bản thân mình. Nếu tự xét lại, đôi khi chúng ta sẽ nhận ra có rất nhiều trường hợp mà điều ấy không thực sự có lợi.

Con người sinh ra vốn không có ai hoàn thiện. Và việc mắc phải lỗi lầm gần như là một chuyện tất nhiên xảy đến cho bất cứ ai. Có những lỗi lầm mang lại hậu quả có thể khắc phục được, cũng có những lỗi lầm nghiêm trọng mà hậu quả kéo dài rất lâu hoặc mãi mãi về sau. Bản thân người mắc lỗi cần nhận thức rõ mức độ sai lầm và nỗ lực khắc phục không để điều ấy xảy ra thêm lần nữa. Khi đã thực sự làm được như vậy, chúng ta cần tha thứ cho chính mình mà không cần thiết phải để cho mặc cảm tội lỗi đè nặng lên cuộc sống.

Một nhà kinh doanh rất thành công được hỏi về bí quyết thành đạt của mình, ông ta nói: "Tôi mắc rất nhiều sai lầm, nhưng tôi không bao giờ mắc phải bất cứ sai lầm nào lần thứ hai." Quả là một con người phi thường và rất xứng đáng để thành công. Bản thân tôi không được như vậy. Nhiều người trong chúng ta cũng không được như vậy. Chúng ta thường mắc phải cùng một sai lầm có khi đến năm bảy lần, thậm chí đến hàng chục lần hoặc nhiều hơn nữa trước khi có thể vĩnh viễn xoá bỏ được nó. Tuy nhiên, vấn đề là ở chỗ chúng ta tự nhận thức được sai lầm và quyết tâm khắc phục. Đừng đòi hỏi ở chính mình những gì mà mình không có khả năng làm được. Bởi vì như thế chỉ làm cho tâm hồn bạn trở nên ngày càng nặng nề hơn và đánh mất đi niềm vui sống.

Khi còn đi học, ai trong chúng ta lại không mắc lỗi trong môn chính tả? Và những lỗi ấy có khi lập đi lập lại đến hàng trăm lần trong đời học sinh. Nhưng tôi chưa hề gặp một thầy cô giáo nào phàn nàn về điều đó. Điều mà quý vị đòi hỏi ở học sinh là sự tiến bộ, không phải là sự hoàn thiện tuyệt đối, vì quý vị biết rằng có muốn điều ấy cũng không thể nào có được. Quý vị sẵn sàng tha thứ cho tất cả những lỗi lầm đã mắc phải, và chỉ đòi hỏi ở học sinh một sự cố gắng để vươn lên. Nhiều người trong chúng ta cho đến nay vẫn còn mắc phải các lỗi chính tả đã từng phạm phải ở nhà trường. Làm sao chúng ta có thể đòi hỏi bản thân mình không bao giờ phạm sai lầm hoặc không bao giờ lập lại sai lầm?

Nói như thế, không phải là chúng ta chấp nhận sự dễ dãi

để rồi buông thả bản thân. Điều tôi muốn nói ở đây là, nếu bạn đã chân thành nhận lỗi và nỗ lực khắc phục - cho dù chưa chắc đã có thể khắc phục ngay trong một vài lần - hãy sẵn lòng tha thứ cho bản thân, giống như bạn đã sẵn sàng tha thứ cho người khác. Suy cho cùng, vì sao chúng ta lại có thể khắt khe với chính mình hơn là với người khác kia chứ?

Tôi có một người bạn khá thành đạt về vật chất. Nhưng anh ta đến nay vẫn sống cô độc và rất ít nói, thậm chí có vẻ lầm lì, tránh tiếp xúc. Chơi với anh ta từ lâu nên tôi hiểu được nguyên nhân. Trước đây, vào thời thanh niên anh ta rất hoạt bát, vui tính. Lập gia đình một thời gian, anh sa vào nghiện ngập rượu chè. Người vợ hết lời khuyên can nhưng không kết quả. Cuối cùng, chịu hết nổi cô ta đã bỏ anh mà đi, sau đó kết hôn với một người khác. Chỉ đến lúc đó anh mới tỉnh ra và nhận rõ sai lầm của mình. Anh ôm ấp trong lòng sự hối tiếc không thôi và luôn tự trách mình. Nhiều năm trôi qua, anh tuyệt đối không bao giờ còn động đến một giọt rượu nào, dù là trong giao tế. Tuy nhiên, anh vẫn không quên chuyện cũ và không chịu tìm hiểu kết bạn với bất cứ một ai khác.

Sự khắt khe như thế với bản thân rõ ràng là một điều vô ích. Sai lầm của anh quả là đã dẫn đến một hậu quả vĩnh viễn không sao thay đổi, nếu xét theo góc độ sự tan vỡ của hôn nhân. Nhưng biết hối tiếc và cải hối là một hành động tốt xứng đáng để được tha thứ. Người vợ cũ của anh ta, tuy không thể nào trở lại cùng anh, nhưng tôi tin là cũng không còn oán trách gì anh nếu thấy anh đã thật sự thay đổi khác xưa. Và nếu như người khác có thể tha thứ cho ta, thì tại sao chúng ta lại phải khắt khe quá đáng với chính mình? Chỉ cần anh nhận thức khác đi, tôi tin là anh thừa sức tìm lại được một cuộc sống hạnh phúc mới, không cần thiết phải tự đày đọa mình trong sự hối tiếc, ân hận mãi mãi như thế. Xét cho cùng, anh có thể đã trở nên một người thành đạt và tốt bụng với mọi người chung quanh, nhưng ngược lại đã hoàn toàn không sống đẹp với chính mình.

Trong việc ứng xử với người khác, chúng ta thường cố gắng để có thể tỏ rõ ra sự khoan dung, độ lượng của mình, thậm chí là hơn cả mức thật có. - (Bạn có bao giờ đã từng nói lời tha thứ khi trong lòng vẫn còn đôi chút giận dỗi? Tôi thì có đấy.) Và quả thật đó là một cách ứng xử đẹp, vì nó mang đến sự hài hoà, đoàn kết hơn trong cộng đồng. Thế nhưng khi cần phải phán xét chính mình thì chúng ta không giữ cùng một cách nghĩ như thế.

Nếu bạn muốn trở thành một người sống đẹp trong cuộc đời, trước hết hãy sống đẹp với chính mình. Hãy thể hiện điều đó bằng cách khoan dung, độ lượng với bản thân mình. Nỗ lực tối đa để khắc phục sai lầm, nhưng đừng quá khắt khe với chính bản thân mình quá mức cần thiết.

3. Chiến thắng những ham muốn

Nếu bạn là một tu sĩ đã quên đời để bước vào cuộc sống tâm linh, bạn không cần phải đọc phần này. Bởi vì hầu hết các tôn giáo đều dành nhiều lời khuyên cho việc "thiểu dục tri túc" như một tiền đề để tiến đến đời sống giải thoát tâm linh.

Tuy nhiên, nếu bạn cũng như tôi, cũng đang hụp lặn trong chốn trần gian đầy ô trược này, có lẽ những điều sau đây sẽ có phần nào đó đáng để chúng ta cùng trao đổi.

Tôi không phê phán lòng ham muốn. Ngược lại, tôi cho rằng đó là động lực để thúc đẩy sự tồn tại và phát triển của loài người. Thử tưởng tượng một ngày nào đó bạn cảm thấy không có gì để ham muốn trong cuộc sống này - không thiết ăn ngon, không cần mặc đẹp, không mong muốn có được bất cứ điều gì... Tôi tự hỏi không biết là bạn có thể nào vui sống trong một tâm trạng như thế hay không?

Nhưng trong cuộc sống trần tục này của chúng ta, không phải sự ham muốn nào cũng giống như nhau, cũng có tác dụng như nhau. Có những ham muốn giúp ta phát triển ngày càng tốt hơn, nhưng lại có những ham muốn chỉ lôi kéo ta đi sâu vào chỗ tồi tàn, đoạ lạc. Ham muốn tri thức, thanh danh, thậm chí là vật chất của cải một cách chính đáng... có thể xem là những động lực tích cực. Ham muốn chè rượu, cờ bạc, vui chơi quá độ... có thể xem là những nguyên nhân sa đoạ. Ở đây chúng ta không làm công việc liệt kê phân loại, nhưng chỉ đề cập một cách khái quát để có thể thấy được sự khác biệt giữa hai loại ham muốn khác nhau này.

Lòng ham muốn là một trong những bản năng của con người. Ngay từ thuở sơ sinh, vừa ra khỏi lòng mẹ, chúng ta đã có những ham muốn đơn giản tự nhiên theo bản năng để tồn tại. Lớn lên, chúng ta ngày càng có nhiều ham muốn hơn. Và điều không may là bản năng chúng ta không tự phân biệt được những ham muốn tích cực và tiêu cực. Chúng ta cần học hỏi, cần có một tri thức nhất định, một nhận thức đúng đắn mới có thể phân biệt được chúng.

Mặt khác, có những ham muốn là tích cực ở một mức độ nào đó, nhưng lại trở thành tiêu cực khi vượt quá giới hạn thích hợp của nó. Như vậy, ngoài việc phân biệt những ham muốn tích cực hoặc tiêu cực, chúng ta còn cần phải chế ngự được lòng ham muốn của mình ở một mức độ thích hợp.

Điều có thể nói là phổ biến ở hầu hết mọi người là chúng ta ham muốn theo bản năng, nhưng lại chỉ có thể chế ngự được lòng ham muốn thông qua sự nỗ lực của tự thân. Nói cách khác, không ai tự nhiên có được năng lực ấy, mà cần phải học tập, rèn luyện, thậm chí là tu dưỡng để có thể đạt đến.

Người xưa nói: "Thắng được người khác là có trí, thắng

được chính mình mới là mạnh mẽ."¹ Chế ngự ham muốn, đó là thắng được chính mình. Chỉ có chế ngự được ham muốn thì bạn mới có thể hé mở được cánh cửa bước vào một cuộc sống hạnh phúc.

Chúng ta không phải là những người đầu tiên nghĩ đến hay nêu ra điều này. Lại vẫn là chuyện cũ từ ngàn năm trước. Lão Tử xưa đã từng dạy người "bớt ham muốn, biết đủ"² để có thể đến gần với đạo. Chúng ta không dám mong cầu đạt đạo hay trở thành thánh nhân, nhưng muốn sống hạnh phúc tất yếu phải thấy rõ và chế ngự được những ham muốn của chính mình.

Nếu như những ham muốn chính đáng có thể thúc đẩy chúng ta luôn sống vươn lên, thì những ham muốn tiêu cực là nguyên nhân trực tiếp cũng như gián tiếp cho hầu hết những khổ đau trong cuộc đời. Phật giáo dạy rằng lòng ham muốn³ là cội nguồn của đau khổ. Trong cuộc sống trần tục này, chúng ta đương nhiên chấp nhận một phần nào đó những khổ đau tất nhiên phải có, nhưng phần lớn những nỗi đau khổ của chúng ta có thể được giảm thiểu đi nếu ta biết chế ngự những ham muốn của mình.

Rất nhiều khi chúng ta có đủ hiểu biết để thấy được những ham muốn nào cần phải từ bỏ, nhưng điều quan trọng hơn, khó làm hơn là có đủ sức mạnh ý chí để từ bỏ nó. Tôi đã gặp nhiều bác sĩ khuyên bệnh nhân đừng hút thuốc, nhưng bản thân không sao từ bỏ nổi sự ham muốn này. Những người nghiện rượu, say mê cờ bạc... lại càng khó khăn trầm trọng hơn nữa.

Một anh bạn tôi hay nói đùa rằng: "Bỏ thuốc lá có gì là khó, mỗi năm tôi đều làm điều đó đến năm bảy lần." Ấy là vì

---

[1] Thắng nhân giả trí, tự thắng giả cường.

[2] Thiểu dục tri túc.

[3] Chữ thường dùng trong Phật giáo là "tham dục".

chẳng có lần nào anh ta thành công, thực sự bỏ thuốc được cả! Vì thế mà nói đùa một cách chua chát để tự khoả lấp đi sự yếu đuối của mình. Điều này cho thấy việc tự thắng được những ham muốn của chính mình thật không phải chuyện dễ dàng.

Tuy không dễ dàng, nhưng điều này thực sự là có thể làm được, nếu chúng ta đủ quyết tâm, ý chí. Trong thực tế, nhiều người nghiện ma tuý đã có thể vượt qua để quay lại với cuộc sống bình thường. Tất nhiên là cũng rất cần đến sự hỗ trợ từ bên ngoài, nhưng bản thân những người ấy cũng nêu lên một tấm gương nỗ lực rất đáng khen.

Lòng ham muốn gây đau khổ cho chúng ta theo nhiều cách. Thường là chúng ta phải vất vả để chạy đua theo những ham muốn của mình, trong khi nhu cầu thiết yếu thực tế có thể là không cần thiết. Hơn thế nữa, một khi không đạt được điều ham muốn, bản thân ta lại rơi vào sự khổ sở, dần vặt. Cuộc sống vốn dĩ có rất nhiều điều tươi đẹp, nhưng một khi chúng ta đã đầu hàng trước những ham muốn của bản thân, chúng ta thường không còn có khả năng để cảm nhận được những điều tươi đẹp ấy.

Buông thả sự ham muốn của mình chẳng khác nào người làm vườn bỏ mặc cỏ dại. Bao nhiêu phẩm chất tốt đẹp của chúng ta đều sẽ không có điều kiện để phát triển. Nếu một người làm vườn như thế là vô trách nhiệm, thì một người không chế ngự được những ham muốn của bản thân cũng chính là đã không sống đẹp với chính mình.

Nếu bạn đã biết chế ngự những ham muốn của mình, tôi xin thành thật chúc mừng bạn. Nếu chưa, ngay từ hôm nay xin hãy thử sức xem!

4. Đừng tự dối mình

Khi chúng ta thường hay nói dối với người khác, tự thân chúng ta tất nhiên là biết rõ thói xấu này. Bằng không, chẳng sớm thì muộn cũng sẽ có người nhắc nhở cho ta biết.

Nhưng nếu chúng ta tự dối chính mình, đôi khi thật khó để nhận ra, và càng không có ai để nhắc nhở cho ta biết. Vì thế, nó dễ dàng trở thành một thói xấu ăn sâu vào tận trong xương tuỷ.

Chúng ta rất ít khi chịu nhìn nhận năng lực hạn chế thực sự của mình. Nếu chúng ta thất bại, thường có đến hàng tá lý do được đưa ra ngay để chứng minh rằng ta hoàn toàn có thể làm được, chỉ vì thế này, thế nọ... mà thất bại đó thôi. Nếu việc này xảy ra lần đầu tiên, ta có thể tự biết rằng mình đang nói dối, và chỉ mong rằng những người khác tin theo như thế để mình không bị chê trách.

Thật không may nếu như những lý do chúng ta đưa ra liền được tất cả mọi người tin theo. Trong trường hợp đó, ta thường bắt đầu dấy lên tâm lý hoang mang, phải chăng những điều mình nói là đúng thật? Và nếu nhiều lần như thế xảy ra, ta sẽ không còn biết rằng mình nói dối nữa. Ngay khi có điều gì đó lầm lỗi, ta sẽ có thói quen đưa ra ngay hàng loạt lý do để biện minh. Và điều tồi tệ nhất ở đây là, mặc dù chúng được đưa ra một cách dối trá nhưng chính bản thân ta cũng cố tin rằng đó là đúng thật. Chúng ta không còn dừng ở mức độ biện minh với người khác, mà là đang đưa ra những lý do không thật để dối gạt chính mình.

Người nào hình thành một thói quen xấu như vậy là đã tự xoá bỏ con đường đi lên của bản thân mình. Sẽ rất khó khăn để họ chịu thừa nhận sai lầm và sửa chữa.

Đôi khi chúng ta buồn hoặc vui nhưng có những lý do để không muốn bộc lộ cho người khác biết. Chúng ta thường cố tạo một vẻ ngoài khác với tâm trạng thật của mình. Trong những lần đầu tiên, ta dễ dàng ý thức được sự ngụy tạo ấy, nhưng lâu dần, chúng ta hình thành thói quen ức chế tâm lý. Nhiều người mắc phải thói quen này mà không tự biết được. Trong trường hợp đó, tâm lý của họ thường nặng nề, không thoải mái và ít khi có được sự vui tươi, thanh thản.

Không có gì quan trọng bằng niềm vui sống tự nhiên, nếu chúng ta đã từng biết được thế nào là một cuộc sống hạnh phúc. Những lý do thúc đẩy chúng ta hình thành thói quen che giấu tâm trạng thật của mình không bao giờ thực sự đáng để trả giá bằng những tai hại do chúng mang lại. Nhiều chuyên gia tâm lý vẫn khuyên người ta nên bộc lộ tất cả những tâm trạng của mình, thay vì là che giấu chúng.

Nếu bạn muốn có một nếp sống đẹp, trước tiên hãy sống đẹp với chính mình bằng sự thành thật với bản thân. Có thể là chúng ta chưa hoàn thiện về nhiều phương diện nào đó, nhưng chỉ riêng sự chân thật với chính mình bao giờ cũng là một khởi đầu tốt đẹp cho sự hoàn thiện sau đó.

5. Dành thời gian cho chính mình

Trong thời đại này, hầu hết chúng ta đều phải có thời biểu làm việc. Bởi vì khối lượng công việc thường bao giờ cũng nhiều hơn thời gian mà ta có, nên việc sắp xếp, tổ chức công việc theo thời biểu sẽ giúp chúng ta chọn lựa được những việc nên làm để tập trung làm trước, và tạm thời gác lại những việc chưa cần thiết.

Vấn đề là trong thời biểu của mỗi chúng ta thường không có khoảng nào được dành ra cho chính mình. Điều này cũng dễ hiểu, bởi vì với hầu hết chúng ta thì khái niệm về việc dành thời gian cho chính mình có vẻ như khá xa lạ và khó hiểu.

Tuy nhiên, nếu chúng ta suy nghĩ lại vấn đề, chúng ta có thể tự thấy được sự vô lý của chính mình.

Với sự quý giá của thời gian trong thời đại ngày nay, chúng ta thường tính toán, cân nhắc rất kỹ việc dùng từng khoản thời gian vào việc gì. Ngay cả thời gian nghỉ ngơi, giải trí ... cũng cần phải được tính toán trước. Nhưng nếu như công việc, gia đình, bạn bè, xã hội... đều được chia sẻ một phần nhất định nào đó trong quỹ thời gian của chúng ta, thì tại sao bản thân chúng ta lại không được dành cho một phần thời gian thích đáng?

Chúng ta thường bị cuốn hút vào các yêu cầu của công việc, những nhu cầu tất yếu của gia đình, bản thân... Và những gì chúng ta đạt được chẳng bao giờ bằng hoặc vượt hơn những gì ta mong muốn. Vì thế, ta phải liên tục cố gắng và cố gắng... Không chỉ là sự nỗ lực làm việc tích cực hơn, hiệu quả hơn... mà chúng ta cũng thường phải mất thêm nhiều thời gian hơn.

Trong những điều kiện như thế, chúng ta rất ít khi nghĩ lại về chính bản thân mình. Nhưng thật ra, là một con người, chúng ta không thể duy trì mãi mãi các điều kiện thể lực cũng như tinh thần nếu như không có sự khôi phục hợp lý sau một thời gian làm việc nhất định. Vì thế, nếu chúng ta cho rằng việc cắt xén đi khoản thời gian cho chính mình là có lợi, chúng ta đã sai lầm.

Bạn có thể lý luận rằng, ít ra thì khi mệt mỏi tôi đã nghỉ ngơi, hoặc thỉnh thoảng tôi cũng có dành thời gian giải trí... Đó cũng là thời gian dành cho chính mình rồi chứ gì!

Vâng, đúng vậy. Nhưng thường thì những khoản thời gian ấy là do cơ thể bạn ... đòi hỏi mà có được, không phải được bạn dành cho một cách "tự nguyện". Mà giữa hai việc này vốn có sự khác biệt nhau. Hơn thế nữa, việc dành thời gian cho chính mình không chỉ giới hạn ở việc nghỉ ngơi mà còn mang nhiều ý nghĩa sâu xa khác nữa.

Nếu bạn nghỉ làm việc một ngày chỉ vì không sao làm

việc được nữa, điều đó không có nghĩa là bạn biết dành thời gian cho chính mình. Người phương Tây có câu ngạn ngữ là "Hãy nghỉ ngơi khi còn chưa mệt mỏi." Bạn có thể so sánh để thấy được sự khác biệt ở đây.

Chúng ta nỗ lực làm việc, xét cho cùng cũng chỉ là nhắm đến một cuộc sống vui tươi hạnh phúc cho chính mình và cho những người chung quanh. Nhưng những thành quả vật chất mà ta đạt được bằng sự lao động quên mình thường là chỉ cần nhưng chưa đủ cho một cuộc sống hạnh phúc. Chúng ta còn phải biết sống nữa. Và một trong những biểu hiện của sự "biết sống" chính là biết dành thời gian cho chính mình. Điều này thật ra là hợp lý, công bằng và cần thiết.

Cách đây mấy năm, khi tôi lao vào giai đoạn cuối của việc biên soạn bộ Từ điển Báo chí Anh Việt,[1] tôi cũng đã mắc phải sai lầm mà chúng ta đang đề cập ở đây. Lúc đó, tôi làm việc hầu như liên tục mà không còn tính bằng giờ giấc nữa. Suốt ngày căng thẳng với hàng đống tư liệu vây quanh, tôi không còn cảm thấy một nhu cầu nào khác ngoài làm việc và làm việc...

Mặc dù không có những ảnh hưởng tức thời trong giai đoạn ấy, nhưng chỉ ít lâu sau tinh thần tôi sa sút nặng nề. Những niềm vui đơn giản trong cuộc sống trước đây dường như bỗng nhiên biến mất. Tôi không còn giữ được sự vui tươi thoải mái mà trước đây vốn gần như là bản chất tự nhiên của mình.

Thật may mắn là tôi đã nhanh chóng nhận ra điều đó. Và chỉ cần một thời gian ngắn với những điều chỉnh thích hợp trong công việc, tôi đã lấy lại ngay được nếp sống vui tươi ngày trước. Từ đó đến nay, điều này đã trở thành một bài học vô giá trong cuộc sống của tôi.

---

[1] Từ điển Báo chí Anh Việt - Nguyễn Minh Tiến, NXB Thông Tấn, Hà Nội, 2002.

Việc dành thời gian cho chính mình không chỉ là để nghỉ ngơi, như tôi đã nói. Bạn cần xem đó là một nhu cầu hợp lý và công bằng mà bạn phải dành ra nếu muốn sống đẹp với chính bản thân mình.

Có vẻ như trừu tượng, nhưng nếu bạn thực sự trải qua những gì mà bản thân tôi đã làm, bạn sẽ thấy những điều được trình bày ở đây là hoàn toàn chính xác.

Bằng vào quỹ thời gian cụ thể của mình, bạn hãy dành ra một thời gian hợp lý nhất định cho riêng mình. Và vì đó là một nhu cầu hợp lý và công bằng đối với bản thân, nên chính bạn cũng không bao giờ được phép đưa ra bất cứ lý do gì để xâm phạm vào khoản thời gian đó.

Khi đã xác định như thế rồi, bạn sẽ sử dụng thời gian dành cho chính mình như thế nào? Điều đó tuỳ thuộc sở thích và những nhu cầu riêng tư của bạn, nhưng chỉ cần bạn phân biệt được mục đích của việc sử dụng khoản thời gian này là cho chính bạn chứ không phải vì bất kỳ ai khác.

Một số người không khỏi cho đây là một điều có phần ích kỷ. Riêng tôi không nghĩ thế. Hãy làm một sự so sánh nhỏ. Nếu thời gian bạn dành cho chính mình là quá nhiều so với thời gian dành cho công việc, gia đình, xã hội... Điều đó quả là ích kỷ. Nhưng nếu bạn đã xác định được một tỷ lệ hợp lý, thì đó chỉ là một sự sòng phẳng, công bằng mà thôi.

Thời gian dành cho chính mình nhằm khôi phục lại năng lực thể chất cũng như tinh thần. Vì thế, bạn có thể dành để nghỉ ngơi, chơi thể thao, giải trí theo sở thích... và đôi khi là chẳng làm gì cả.

Bạn cũng có thể khéo léo dành thời gian cho chính mình bằng những cách thức mà không phải mất quá nhiều thời gian cho công việc. Buổi chiều, trên đường về nhà sau giờ làm việc, bạn có thể dừng lại ở một nơi nào đó vắng vẻ thích hợp, hoặc có thể là khi đã về gần đến nhà, và dành ra chừng năm ba phút để ngắm cảnh đẹp thiên nhiên hoặc đơn giản chỉ là những sinh hoạt cuối ngày trên một đường phố. Hãy buông bỏ tất cả lo toan suy nghĩ trong giây phút ấy, và nở một nụ cười với chính mình vì đã vượt qua được một ngày với tất cả những khó khăn bận rộn. Chỉ mấy phút thôi, nhưng tâm trạng của bạn khi bước về nhà sẽ thay đổi rất nhiều theo hướng tích cực hơn. Chỉ cần tập thành thói quen này trong một thời gian ngắn, bạn sẽ thấy mình không hề lãng phí thời gian chút nào cả.

Bạn cũng có thể dành thời gian để theo học một khoá học nào đó mà hoàn toàn không nhằm mục đích gì cả. Điều này khác hẳn với những khoá học căng thẳng mà bạn thường tự xác định cho mình một mục tiêu ngay từ khi bắt đầu theo học. Phụ nữ có thể học cắm hoa, nấu ăn, may thêu... Nam giới có thể chọn học thêm một ngoại ngữ nào đó, hoặc tham gia một câu lạc bộ thích hợp với mình... Khoản thời gian này sẽ xoa dịu đi những căng thẳng trong đầu óc bạn sau nhiều giờ làm việc. Và hơn thế nữa, nó có thể mang lại cho bạn một niềm say mê lành mạnh hoặc những kiến thức bổ ích giúp bạn có một nhận thức tốt hơn về cuộc sống.

Một số người học toạ thiền ở nhà hoặc tham gia các lớp dạy thiền ở các chùa. Ngày nay thiền không còn chỉ mang ý nghĩa thuần tuý tín ngưỡng nữa mà đã trở thành một khoa học được nhiều người thừa nhận là có thể giúp mang lại một cuộc sống nhẹ nhàng, thanh thản. Dành một ít thời gian cho việc tập toạ thiền cũng là một quyết định khôn ngoan có thể mang lại cho bạn nhiều chuyển biến tích cực trong cuộc sống.

Sử dụng thời gian cho chính mình như thế nào cũng có thể là do hoàn cảnh riêng và sự vận dụng sáng tạo của mỗi người. Tuy nhiên, việc dành một khoản thời gian cho chính mình là điều hợp lý nên làm. Suy cho cùng, làm sao bạn có thể sống đẹp với tất cả mọi người nhưng lại không đối xử công bằng với chính bản thân mình kia chứ?

6. Vấn đề ăn uống

Ăn uống là một trong những vấn đề rất quan trọng trong cuộc sống. Điều đó không chỉ ở giới hạn là một nhu cầu dinh dưỡng để cho cơ thể tồn tại. Người Anh có câu cách ngôn rằng: "Chúng ta là những gì chúng ta ăn vào."[1] Trong nền văn hoá phương Đông, việc ăn uống (ẩm thực) cũng đóng một vai trò quan trọng. Thậm chí trong y học cổ truyền, món ăn thức uống được xem như một trong các yếu tố gây ra bệnh hoặc cũng có thể dùng để trị bệnh.

Trong giao tiếp, chúng ta cũng thường dùng việc ăn uống như một phương tiện hiệu quả. Bàn công việc làm ăn qua một bữa ăn trưa đôi khi hiệu quả hơn là tại văn phòng. Một bữa tiệc nhẹ để cảm ơn ai đó đôi khi thân mật và có giá trị hơn là một khoản tiền thù lao. Cách giới thiệu tốt nhất để hai người chưa quen biết làm quen với nhau là mời cả hai cùng đến ăn cơm thân mật vào một dịp thuận tiện... Và rất nhiều dịp khác mà chúng ta cần dùng đến việc ăn uống như một công cụ trong giao tiếp.

Khi chúng ta mời ai ăn uống, chúng ta thường phải chú ý nhiều đến món ăn. Ăn món gì cho thích hợp, vừa túi tiền mà vẫn ngon miệng, tạo được ấn tượng tốt cho người được mời... Nhưng sự quan tâm tương tự như thế đối với bản thân chúng ta lại thường là rất ít.

Tại sao chúng ta không có thói quen quan tâm đến những gì mình ăn vào? Thông thường, chúng ta cho đó là việc quá bình thường, có thể làm theo bản năng, không cần chú ý nhiều. Thực tế đã chứng minh khác hẳn. Người vợ nào có hiểu biết đầy đủ và quan tâm chọn lựa tốt những món ăn thức uống, thường cũng chính là những người vợ dễ mang lại hạnh phúc trong gia đình nhất. Điều đó cũng dễ hiểu. Bởi vì tiết kiệm ngân sách và đảm bảo sức khoẻ của cả gia đình

---

[1] You are what you eat.

thông qua việc ăn uống là những yếu tố quan trọng góp phần làm tốt đẹp hơn cho cuộc sống gia đình.

Trở lại vấn đề chúng ta đang bàn. Nếu chúng ta chỉ chọn lựa việc ăn uống theo bản năng, nhiều khi điều đó đưa tới những vấn đề. Bởi vì, thật không may là bản năng chúng ta không phải bao giờ cũng đúng. Những món ăn mà bạn cho là ngon miệng nhất chưa chắc là những món ăn tốt nhất cho sức khoẻ của bạn, và ngược lại.

Nhiều món ăn gây hại cho sức khoẻ vẫn được chúng ta thường xuyên sử dụng. Chúng ta làm như thế thật là bất công với chính mình, bởi vì cơ thể chúng ta xứng đáng nhận được sự quan tâm thích đáng, thậm chí là phải hơn cả sự quan tâm mà chúng ta thường dành cho người khác. Nếu bạn chờ đến khi cơ thể bạn thực sự phải lên tiếng phản đối, e rằng điều đó sẽ là quá muộn.

Trong xã hội phương Tây ngày nay, người ta đã nhận ra điều này. Các chế độ "ăn kiêng" đang phát triển trở thành một phong trào trong toàn xã hội. Người ta đã hiểu ra tầm quan trọng của việc chú ý đến các món ăn thức uống hàng ngày cho chính bản thân mình. Việc ăn chay chẳng hạn, đã không còn là thuần tuý vì lý do tín ngưỡng nữa mà được nhiều người tuân thủ vì lý do sức khoẻ.

Khi chúng ta không chọn lựa thích đáng các món ăn thức uống, chúng ta hành hạ cơ thể mình thường xuyên vì phải chống chọi lại với nhiều độc tố hoặc những món khó tiêu hoá, không thích hợp... Thậm chí ngay cả sự thiếu điều độ trong ăn uống, quá nhiều hoặc quá ít, quá sớm hoặc quá muộn... đều là những hình phạt mà cơ thể chúng ta phải âm thầm chịu đựng.

Vì thế, bạn nhất thiết phải có những kiến thức tối thiểu về ăn uống và một sự quan tâm thích đáng đối với việc ăn uống của chính mình. Điều đó là một trong những yếu tố cần thiết khi bạn muốn sống đẹp với chính mình.

Bạn có biết sau mỗi lần bạn uống rượu bia say xỉn, cơ thể bạn đã phải chịu đựng đến mức nào không? Cảm giác mệt mỏi rã rời lẽ ra là một dấu hiệu phản đối cần được chú ý, nhưng lại thường bị phớt lờ đi xem như một chuyện rất... bình thường. Và vì thế lại thường xuyên tiếp diễn.

Ngay cả tác hại của việc hút thuốc lá cũng không còn xa lạ gì với chúng ta ngày nay, nhưng con số những người hút thuốc lá vẫn còn là rất đáng lo ngại! Với mỗi một hơi thuốc, chúng ta đang quất một lằn roi vào chính cơ thể của mình, nhưng ít khi chúng ta nhận ra được nỗi đau ấy, mãi cho đến khi nào có một phản ứng quyết liệt như một cơn đau tim hay dấu hiệu ung thư phổi...

Vì sao chúng ta lại có thể "không đẹp" với chính mình như thế? Và nếu như chúng ta đã không sống đẹp với chính mình, nói gì đến việc có thể sống đẹp với người khác?

Vấn đề cần phải nhấn mạnh ở đây rõ ràng là một nhận thức đúng đắn. Hiểu được sự lợi hại của từng món ăn thức uống tuy không phải là việc dễ dàng nhưng khả dĩ chúng ta có thể học hỏi để biết được, và cũng có thể nhận được sự giúp đỡ chỉ dẫn từ nhiều người khác: các bác sĩ, chuyên gia dinh dưỡng, thậm chí là qua sách báo... Nhưng việc nhận thức đúng về tầm quan trọng của vấn đề sẽ đóng một vai trò quan trọng, thiết yếu hơn. Bởi vì chỉ khi ấy chúng ta mới có thể nghiêm túc nhìn nhận việc quan tâm đến món ăn thức uống của chính mình là điều cần thiết phải làm.

Thực tế cho thấy là mặc dù biết rõ được tác hại của rượu và thuốc lá chẳng hạn, nhưng tránh xa được những thứ ấy hay không lại là một việc khác. Điều đó đòi hỏi một nhận thức đúng để có thể đưa đến một quyết tâm sống đẹp với chính mình.

Kết luận

Khi đề cập đến việc sống đẹp với chính mình, có lẽ một số người có thể cho là một khái niệm hơi khác thường. Tuy nhiên, qua một số vấn đề tiêu biểu mà chúng ta vừa trao đổi, có lẽ khái niệm này không còn là quá trừu tượng hoặc khó hiểu nữa.

Thật ra, đó chính là những điều rất gần gũi, thiết thực trong cuộc sống hàng ngày. Nhưng chính vì quá thông thường nên đôi khi chúng ta thường hay lãng quên đi. Mặc dù vậy, tầm quan trọng của chúng là không thể phủ nhận được như chúng ta đã thấy khi xem xét qua từng vấn đề.

Điều cần nói ở đây là, không nên nhầm lẫn giữa việc sống đẹp với chính mình và một nếp sống ích kỷ chỉ biết quan tâm đến bản thân.

Khi chúng ta sống đẹp với chính mình, chúng ta tự quan tâm đối xử công bằng, hợp lý với bản thân, hình thành và bảo vệ những điều kiện sức khoẻ và tinh thần tốt nhất, làm tiền đề tất yếu cho một nếp sống đẹp trong cuộc đời.

Ngược lại, một nếp sống ích kỷ hình thành trên ý tưởng chỉ biết quan tâm đến bản thân mình, thường là nghĩ nhiều đến sự hưởng thụ nhưng chưa hẳn đã là lành mạnh, tốt đẹp. Người sống ích kỷ đôi khi vẫn hành hạ bản thân mình vì sự thiếu hiểu biết, và tất nhiên là không thể sống đẹp với bất cứ ai khác trong cuộc đời.

Sống đẹp với chính mình, vì thế, vừa là điểm khởi đầu, vừa là một điều kiện tất yếu không thể nào thiếu được để hình thành một nếp sống đẹp giữa cuộc đời.

CHƯƠNG III

SỐNG ĐẸP TRONG GIA ĐÌNH

Vai trò của gia đình

Gia đình là những tế bào căn bản để hình thành nên một cơ thể lớn là xã hội. Khái niệm gia đình trong nền văn hoá dân tộc Việt Nam lại càng được xem là quan trọng hơn thế nữa. Truyền thống dân tộc từ ngàn xưa đã hun đúc trong tinh thần người Việt một nếp suy nghĩ khác hẳn phương Tây khi nhìn nhận về gia đình. Những quan hệ trong gia đình đối với chúng ta quan trọng hơn nhiều so với trong các xã hội phương Tây. Vì thế, một người có nếp sống đẹp lẽ tất nhiên phải thể hiện điều đó trước hết là trong gia đình, sau đó mới nói đến việc có thành công hay không trong giao tiếp giữa nhân quần xã hội.

Gia đình cũng là một môi trường giáo dục, đào tạo đầu tiên và quan trọng nhất đối với sự hình thành nhân cách của mỗi con người. Sự giáo dục trong gia đình có những nét đặc thù mà bất cứ hình thức giáo dục nào khác trong xã hội đều không có được.

Khi con cái noi theo những tập quán, thói quen nào đó của cha mẹ, điều đó hoàn toàn tự nhiên và không hề có sự suy nghĩ chọn lọc hoặc đòi hỏi phải giảng giải dông dài. Ngược lại, khi chúng ta học tập một điều gì đó từ xã hội, chúng ta bao giờ cũng vận dụng đến khả năng suy nghĩ chọn lọc của mình để phân biệt và đi đến quyết định chấp nhận hoặc không chấp nhận. Điều này có nghĩa là, gia đình có thể hình thành nơi mỗi người một nhân cách tốt hoặc xấu mà khả năng lựa chọn của bản thân người đó là rất ít. Quả thật vậy, những thói xấu nếu như bị tiêm nhiễm từ nhỏ trong môi trường gia đình, sẽ là rất khó khăn để nhận ra và từ bỏ. Ngược lại, những phẩm chất tốt đẹp được rèn luyện ngay từ khi còn sống trong gia đình là những phẩm chất mà chúng ta không dễ gì có được qua việc tiếp thu từ xã hội.

Những trạng thái tâm lý tích cực hoặc tiêu cực trong cuộc sống gia đình vào thời thơ ấu cũng ảnh hưởng lâu dài đến tính nết hoặc quan điểm sống của mỗi người khi lớn lên.

Vì gia đình giữ một vai trò quan trọng như thế đối với từng cá nhân cũng như toàn xã hội, nên việc xem xét đến các mối quan hệ trong gia đình là điều tất yếu khi muốn đề cập đến một nếp sống đẹp trong cuộc đời.

Khái niệm gia đình ngày nay đã thu hẹp rất nhiều so với trước đây. Ngày xưa, các quan hệ thân tộc được gìn giữ qua nhiều đời, liên hệ huyết thống được xem trọng dù đã cách xa khá nhiều thế hệ. Ngày nay, với sự phát triển của nếp sống thành thị, những mối liên hệ thân tộc không còn giữ được qua nhiều đời như trước kia. Rất nhiều người rời làng quê để lập nghiệp nơi thành thị, họ không còn có điều kiện để duy trì quan hệ chặt chẽ trong dòng họ như xưa được nữa.

Mặt khác, điều kiện mưu sinh ngày nay cũng khác hẳn xưa kia, nên để cho thuận tiện trong công việc, hầu hết các cặp vợ chồng trẻ đều lập thành một gia đình mới ngay sau khi kết hôn, thay vì sống chung với cha mẹ trong bầu không khí đại gia đình như trước kia.

Với những thay đổi đó, nên khi đề cập đến cách sống trong gia đình ngày nay, chúng ta chỉ cần nhấn mạnh đến một số những mối quan hệ thân thiết nhất mà thôi. Đó là quan hệ giữa cha mẹ đối với con cái và ngược lại, quan hệ giữa anh chị em đối với nhau. Riêng quan hệ vợ chồng sẽ được đề cập đến trong một chương khác nữa.

Cha mẹ đối với con cái

1. Bối cảnh gia đình ngày nay

Có một điều đáng buồn là với cơn lốc xoáy của đời sống công nghiệp ngày nay, rất nhiều truyền thống cũ đang bị xói mòn đi, và thậm chí các bạn trẻ ngày nay đôi khi không hiểu được hết ý nghĩa và tầm quan trọng của những cung cách cư xử trong gia đình đối với tiền đồ về sau của họ. Mặt khác, các bậc cha mẹ đôi khi không thể thích nghi kịp thời với những đổi thay của thời đại, vì thế không có được sự cảm thông cần thiết với con cái của mình. Những điều này đều có tác dụng theo hai chiều, bên này kích thích bên kia. Và cứ như thế những niềm vui đơn giản trong cuộc sống gia đình vô tình đã phải dần dần bị mất đi.

Một yếu tố khách quan cũng cần phải nhắc đến, đó là sự thay đổi nhận thức chung của xã hội đối với vai trò của cha, mẹ, con cái trong gia đình. Chẳng hạn, nếu như trước đây việc cha mẹ nuôi nấng dạy dỗ con cái được hiểu như xuất phát hoàn toàn từ tấm lòng thương yêu trời biển của các vị đối với con cái, thì ngày nay xã hội đã nêu lên điều này như một trách nhiệm, một nghĩa vụ bắt buộc của người làm cha mẹ. Tất nhiên, chúng ta có thể nghĩ chỉ là hai cách nói, vì đằng nào thì cha mẹ cũng nuôi dưỡng con cái cả. Tuy nhiên, về mặt tâm lý nhận thức chúng có sự khác biệt nhau. Sự khác biệt đó sẽ là tích cực nếu chúng ta nhìn nhận đúng, và sẽ là tiêu cực nếu chúng ta không thấy đúng được bản chất của vấn đề.

Các gia đình ngày xưa thường khá đông con hơn ngày nay. Các vị chưa biết đến kế hoạch hoá hay những ý tưởng tương tự... Con cái được nuôi dưỡng tuỳ theo năng lực kinh tế của gia đình. Nói chung, khôn lớn nên người theo những chuẩn mực rất đơn giản của thời trước. Không có đại học, không có xây nhà cho ở riêng... và nhiều thứ khác như bây giờ. Sự thành đạt của mỗi người khi lớn lên phải dựa nhiều vào năng lực của chính mình, vì nói chung cha mẹ nuôi "khôn lớn" là đủ rồi. Trừ ra những gia đình thượng lưu giàu có thì các cô chiêu cậu ấm có thể ngồi không hưởng lộc, chúng ta không bàn đến.

Trách nhiệm của cha mẹ ngày nay có phần khác hơn. Ngay như việc sinh con đẻ cái cũng không phải là tuỳ tiện nữa mà phải có kế hoạch hẳn hòi, thường là chỉ từ một đến hai con, vượt lên đến ba con đã là hơi khác người rồi. Điều đó nhằm đảm bảo việc nuôi dạy con cái đầy đủ theo những chuẩn mực, yêu cầu của thời hiện đại.

Vì có ít con cái, cha mẹ thường thương yêu chiều chuộng hơn, và cũng đủ khả năng để lo lắng chu tất hơn về vật chất. Mặt tích cực của vấn đề chúng ta ai cũng có thể thấy được. Nhưng ngược lại, đây cũng là điều kiện vô cùng thuận lợi để trẻ con dễ dàng trở nên hư hỏng, nếu như không có sự chú ý giáo dục đúng mức của cha mẹ.

Một điều nữa rất thường xảy ra trong những gia đình ngày nay. Cha mẹ thường đều phải đi làm, không giống như ngày xưa người mẹ thường chỉ đảm đương công việc nội trợ trong gia đình. Điều này có nghĩa là, con cái có ít thời gian gần gũi, tiếp xúc với cha mẹ hơn.

Từ những thay đổi khác biệt đó, cha mẹ đối xử với con cái ngày nay cần phải chú ý nhiều hơn trong việc nuôi dạy, không còn giản đơn như xưa kia nữa.

2. Thương yêu con cái như thế nào?

Thái độ sáng suốt khi bộc lộ tình thương với con cái là một sự dè chừng, đúng mực. Nên giữ một khoảng cách nhất định để trẻ không bao giờ vượt quá giới hạn đến mức chỉ làm theo ý mình mà không còn kiêng sợ cha mẹ. Một số gia đình chọn mô hình "cha nghiêm khắc, mẹ ngọt ngào", cũng có thể xem là thích hợp nếu vận dụng khéo léo, tránh cho trẻ có những ấn tượng sai lệch về cha mẹ. Ngoài ra, dù trong trường hợp nào cũng phải tạo điều kiện để thỉnh thoảng con cái có thể cởi mở những suy nghĩ, tình cảm của mình với cha mẹ. Nhất là khi chúng đã đến tuổi trưởng thành.

Nhiều bậc cha mẹ chăm lo cho con cái vượt quá những nhu cầu thích hợp. Ít người biết rằng điều đó thật ra không phải là một sự chọn lựa khôn ngoan. Con cái lớn lên không chỉ cần thiết việc cung ứng cho chúng những nhu cầu vật chất, mà cũng quan trọng không kém là một sự đào luyện nhân cách, tinh thần.

Những bậc cha mẹ khôn ngoan, dù khó khăn cũng cố gắng không để con cái thiếu thốn những điều kiện vật chất cần thiết, và dù giàu có đến đâu cũng không cho phép chúng được hưởng sự ưu đãi vật chất vượt quá xa những bạn bè cùng trang lứa.

Khi bạn chọn mua quần áo, dụng cụ học tập, đồ chơi... cho trẻ, nếu khả năng tài chánh dư giả hoặc có thể cho phép, hãy tự nhắc nhở mình đừng để tình thương chi phối quá đáng, có nghĩa là hãy cân nhắc bằng lý trí của bạn. Nên chọn cho trẻ những món trong phạm vi trung bình là tốt nhất. Những hàng đắt tiền quá, tất nhiên là phẩm chất tốt hơn, nhưng sẽ không mang lại phẩm chất tinh thần tương xứng cho con cái của bạn đâu.

Vì sao như vậy? Bởi vì trẻ con học hỏi nhiều hơn từ những gì chúng nhìn thấy so với những gì chỉ nghe nói. Những đứa trẻ được hưởng sự ưu đãi về vật chất vượt mức, tự nhiên sẽ phát triển một ý thức coi thường giá trị lao động trong cuộc sống. Điều này là bởi chúng cảm thấy quá dễ dàng có được những gì mà người khác cho là khó khăn. Ngoài ra, chúng cũng thường có một sự hợm hĩnh nhất định với những bạn bè thường xuyên thua kém mình.

Cho dù bạn có lên lớp chúng với những bài giảng về giá trị lao động, về tính cần kiệm hoặc sự cần thiết phải cảm thông, chia sẻ với mọi người chung quanh... Những nỗ lực ấy đều sẽ trở thành vô ích mà thôi. Tệ hơn nữa, chúng sẽ rất khó phát triển khả năng chia sẻ những khó khăn của gia đình nếu có. Chúng thường không tin hoàn toàn vào những khó khăn nào đó của cha mẹ về tài chánh, cho dù chúng đã đến tuổi để được chia sẻ và hiểu biết.

Tiện nghi tốt hơn mà vật chất mang lại cho chúng hoàn toàn không bù đắp được những sai lầm về nhận thức như thế. Lớn lên, trẻ rất dễ trở thành người hoang phí, không biết trân trọng giá trị lao động hoặc khinh thường người khác.

Ngược lại, trẻ hoàn toàn không có vấn đề gì về phát triển thể chất nếu như ta cho chúng hưởng những nhu cầu theo mức trung bình.

Nhiều bậc cha mẹ mua sắm nữ trang rất đắt tiền cho các bé gái, hoặc đồng hồ đắt tiền cho các bé trai... Những thứ này không giúp chúng học giỏi hơn hoặc mau lớn hơn, nhưng lại thực sự tạo ra ngăn cách giữa chúng với bạn bè cùng lứa tuổi. Chưa nói đến việc đã có nhiều trường hợp cướp giật xảy ra với các cháu bé này. Quả thật, lo cho con cái theo cách này không phải là điều khôn ngoan chút nào.

Ngược lại, có những nhu cầu mà dù khó khăn cha mẹ cũng cần phải nỗ lực hết sức để chu toàn cho trẻ. Đứng đầu trong danh sách những điều này là những nhu cầu dinh dưỡng theo độ tuổi của trẻ. Tiếp đến là những nhu cầu ở trường học theo hướng dẫn của thầy cô giáo. Chú ý là theo hướng dẫn của thầy cô giáo, chứ không phải theo đòi hỏi của trẻ.

Nên cho trẻ ăn mặc theo cách gọn gàng, sạch sẽ là chính,

đừng chạy theo những mốt cầu kỳ hoặc chọn dùng các loại vải quá đắt tiền. Nếu bạn tế nhị hơn chút nữa, nên quan sát trẻ trong nhóm bạn của chúng, và làm thế nào để con mình không thua kém lắm nhưng cũng đừng vượt trội quá, có lẽ đó là một chọn lựa thích hợp nhất.

3. Hãy dành thời gian cho con cái

Thời gian tiếp xúc với con cái là một yếu tố cực kỳ quan trọng. Phần lớn trong chúng ta ngày nay đều không có đủ thời gian để gần gũi con cái như lòng mình mong muốn. Công việc mưu sinh không cho phép chúng ta dành nhiều thời gian cho trẻ. Vì thế, vấn đề không phải là đòi hỏi thời gian dành cho con cái theo như bạn muốn - điều đó không thiết thực cho cuộc sống của gia đình bạn - mà vấn đề là ở chỗ phải dành thời gian tối thiểu cho con cái ở mức nào, và sử dụng khoản thời gian ấy như thế nào?

Tôi nói tối thiểu, là vì dù muốn dù không, dù có khó khăn đến đâu, bạn cũng không thể loại bỏ hẳn nhu cầu này. Điều đó chẳng những là cần cho con cái, mà cũng là cần thiết cho chính bản thân bạn, nếu như bạn không muốn có một lúc nào đó sẽ rơi vào chỗ suy sụp tinh thần vì sự xuống dốc tồi tệ của các quan hệ trong gia đình.

Con cái là sự nối kết đảm bảo tính vững chãi dài lâu của một gia đình. Quan hệ gia đình ngày nay không còn là một quan hệ bất di bất dịch như xưa kia nữa. Tỷ lệ các gia đình tan vỡ trong xã hội ngày nay đang gia tăng một cách đáng sợ. Vì thế bạn cần biết cách giữ gìn sự gắn bó của gia đình mình. Việc đó không phải tự nhiên mà có được. Dành thời gian cho con cái là một trong các biện pháp hữu hiệu để giúp bạn làm tốt việc này.

Khi cha và mẹ có một khoảng thời gian nào đó cùng ở bên con cái, niềm hạnh phúc thực sự của một gia đình mới được cảm nhận trọn vẹn, và điều đó giúp cho quan hệ hôn nhân được củng cố bền vững hơn.

Thời gian dành cho con cái cũng chính là khoản thời gian mà bạn phải tranh thủ tối đa để tác động tích cực vào nhận thức, vào tình cảm của trẻ. Con cái đôi khi có cách suy nghĩ rất trẻ thơ, chúng không nghĩ rằng bạn yêu thương chúng chỉ vì bạn luôn nói như vậy. Chúng cần những sự bộc lộ, bày tỏ thích hợp, tất nhiên là ở mức độ mà bạn cảm thấy là vừa phải. Khi thực sự cảm nhận - chứ không phải nghe nói - được tình yêu thương của cha mẹ, trẻ sẽ tự tin hơn trong cuộc sống và phát triển tâm lý một cách tốt đẹp hơn.

4. Giáo dục và nêu gương sáng

Nên tránh những bài thuyết giảng dài dòng về một phẩm chất nào đó mà bạn muốn con cái mình phát triển. Tốt nhất là những mẩu chuyện kể lôi cuốn và có nội dung giáo dục. Chỉ một vài nhận xét kết luận sau câu chuyện, khen hoặc chê các nhân vật... sẽ được trẻ ghi nhớ và có tác động tích cực hơn nhiều so với những bài giảng luân lý mà trẻ rất "sợ" phải ngồi nghe.

Nhiều người không tin rằng cha mẹ cần phải quan tâm đến việc đào luyện những phẩm chất tốt đẹp cho con cái. Họ tin vào nhà trẻ, nhà trường, các đoàn thể mà trẻ tham gia sinh hoạt... Vai trò của những tổ chức này là không thể phủ nhận, nhưng cha mẹ vẫn là những người giữ vai trò quan trọng nhất, tích cực nhất trong sự phát triển các phẩm chất tốt đẹp của trẻ.

Chính vì thế, cha mẹ cần phải nêu gương sáng. Tôi không đòi hỏi bạn ngay một lúc trở thành thánh nhân, nhưng tôi khuyên bạn hãy ý thức đúng về vai trò nêu gương sáng của cha mẹ. Điều đó có nghĩa là, bạn cần nỗ lực từ bỏ bất cứ thói xấu nào mà bạn có thể nhận ra được và không muốn cho con cái mình học theo. Đối với những gì bạn chưa từ bỏ được, nên tránh né, hạn chế tối đa đừng để trẻ thường xuyên nhìn thấy.

Chẳng hạn như, nếu bạn ham thích những cuộc vui chè chén với bạn bè vào những ngày nghỉ việc, điều đó trong chừng mực có thể là vô hại. Nhưng nếu bạn có con cái đang tuổi lớn lên thì lại là chuyện khác. Hoặc là bạn nên hạn chế hay từ bỏ đi, hoặc là bạn nên tránh tổ chức những cuộc vui như thế ở nhà mình. Nhìn thấy những hình ảnh vào đoạn cuối một tiệc rượu thường không bao giờ là điều tốt cho trẻ, chưa nói đến loại "ngôn ngữ trong bàn rượu" lại càng không thích hợp cho mục đích giáo dục.

Nếu bạn nghiện thuốc lá và tự biết được đây là điều không đáng để con cái học theo, tốt nhất là bạn nên giảm thiểu dần để đi đến chỗ bỏ hẳn đi, hoặc ít nhất cũng chú ý đừng bao giờ hút thuốc trước mặt trẻ.

Những sinh hoạt thường ngày trong gia đình cũng là yếu tố giáo dục quan trọng. Một người mẹ vén khéo, gọn gàng trong bếp núc mới có thể hy vọng con gái mình có được những phẩm chất đó. Một người cha trách nhiệm, chu toàn mọi việc trong gia đình, mới có thể hy vọng con cái sẽ được như mình hoặc tốt hơn. Vì thế, nếu bạn là người quen lối sống bừa bãi, thiếu ngăn nắp, hãy xét lại ngay khi bắt đầu có con cái.

5. Môi trường tốt đẹp cho con cái

Môi trường chung quanh của trẻ cũng vô cùng quan trọng. Ngoài những môi trường tốt như trường học, nhà văn hoá... mà bạn có thể yên tâm phần nào về sự tiếp xúc của trẻ, bạn cũng cần phải quan tâm đến bạn bè của chúng nữa. Khi trẻ mới lớn lên, rõ ràng là chúng chưa thể có đủ khả năng để "chọn bạn mà chơi", chúng cần đến sự quan tâm của người lớn. Tuy nhiên, đừng bao giờ can thiệp một cách cứng rắn, thô bạo vào các quan hệ bạn bè của trẻ. Điều đó sẽ có tác dụng ngược lại. Tốt nhất, nếu bạn nhận thấy con mình đang giao du với một đứa trẻ xấu, hãy tìm cách khéo léo nói cho trẻ biết nỗi lo lắng của mình, cùng với những gợi ý thích hợp, và quan trọng nhất là để cho trẻ tự quyết định việc thay đổi quan hệ ấy.

Ngày xưa, mẹ của Mạnh Tử phải ba lần dọn nhà chỉ vì không muốn cho con mình sống trong một môi trường xấu. Nhờ đó mà lớn lên ông trở thành một bậc thánh nhân hiền đức, học vấn uyên thâm. Nếu bạn sống ở vùng nông thôn, vấn đề này có phần đơn giản hơn so với trong một thành phố nhộn nhịp. Tuy nhiên, dù ở đâu thì môi trường ngày nay cũng phức tạp hơn xưa rất nhiều. Bạn cần biết cách khéo léo để ngăn ngừa hơn là tránh né. Nên biết là, trẻ con ngày nay tiếp xúc cả với những điều mà bạn không biết hoặc không muốn cho chúng biết.

Đôi khi, một giải pháp đơn giản cũng có thể mang lại hiệu quả tích cực. Chẳng hạn, nếu đối diện nhà bạn là một quán nhậu mà các thực khách thường xuyên văng tục, bạn có thể xây một bức tường ngăn với cổng khép kín, nếu như điều này có thể làm được... Việc dời nhà trong thành phố ngày nay tuy không phải là không làm được, nhưng quả là cực kỳ khó khăn và tốn kém.

Những cuộc cãi vã, đấu võ mồm với các bà hàng xóm cũng là những liều thuốc độc cho trẻ. Nếu bạn thỉnh thoảng vẫn rơi vào một trong những trường hợp đó, bạn nên học cách đối xử hoà hoãn hơn, nhẫn nhục hơn và hãy trực tiếp giải quyết một cách kín đáo giữa những người lớn với nhau.

Quan hệ giữa cha và mẹ cũng tác động rất nhiều đến trẻ. Những cặp vợ chồng hạnh phúc thường tạo được điều kiện tốt nhất cho con cái lớn lên trong tình thương yêu và sự chăm sóc đầy đủ, với những điều kiện phát triển tâm lý theo cách tốt nhất.

Nhưng trong thực tế đời sống vợ chồng không phải lúc nào cũng có thể giữ cho được "cơm lành, canh ngọt". Nếu không may có những lúc nào đó mà xảy ra bất hoà, cha mẹ nên cố gắng hết sức để tránh đừng cho con cái nhận ra hoặc nhìn thấy một cách trực tiếp những giây phút không hay đó. Một số người thiếu hiểu biết hoặc quá nóng giận thậm chí đã rơi vào những hành vi không sao tha thứ được đối với con cái. Chẳng hạn như mẹ nói xấu về cha, cha nói xấu về mẹ, hoặc ông bà thẳng thừng "choảng" nhau ngay trước mắt con cái. Họ không biết rằng, con cái không phải là quan toà để phán xử chuyện của họ, vì thế, để cho chúng biết là điều không cần thiết, nhưng điều ấy lại gây tác hại khôn lường. Những ấn tượng không tốt sẽ tồn tại trong đầu óc trẻ con thậm chí cho đến mãi mãi về sau này.

6. Cởi mở, thân mật và tôn trọng

Khi bạn có được những cơ hội để tiếp xúc thân mật cùng con cái – nên tạo nhiều cơ hội như thế – bạn cần lưu ý đến thái độ, cách ứng xử của mình. Nói chung, dù là cha mẹ vẫn không tránh được một khoảng cách nhất định giữa hai thế hệ. Những điều bạn hiểu biết có thể là không hoàn toàn giống với những gì con cái bạn học được trong thời đại này. Bạn cần là người chủ động rút ngắn hoặc xoá bỏ đi khoảng cách. Hãy để cho con cái được tự do bộc lộ trong giới hạn thích hợp mà bạn cho phép. Hãy mạnh dạn trao đổi với chúng những vấn đề của bạn với thái độ tôn trọng.

Một số người có thể lấy làm lạ về ý tưởng này. Cha mẹ cũng phải tôn trọng con cái sao? Vâng, điều đó hoàn toàn chính xác, và đã được chứng minh qua nhiều công trình nghiên cứu của các nhà tâm lý học. Khi trẻ cảm thấy được tôn trọng, chúng mạnh dạn hơn, tự tin hơn và do đó sáng tạo hơn.

Điều này thể hiện cụ thể như thế nào? Chẳng hạn khi bạn đặt một vấn đề và đứa con bạn đưa ra một giải pháp, một câu trả lời. Đừng bao giờ thẳng thừng bác bỏ theo cách của một "người lớn" đối với "con nít", cho dù những điều trẻ nói ra là ngây ngô đến đâu cũng vậy. Hãy từ chối hoặc bác bỏ giải pháp của trẻ giống như bạn từ chối một bạn đồng nghiệp, nghĩa là cần phải cân nhắc thận trọng và chọn lựa ngôn từ thật khéo léo. Có thể bạn thấy hơi khó chịu khi làm như thế lần đầu tiên, nhưng những lần sau sẽ dễ dàng hơn. Và chắc chắn bạn sẽ ngạc nhiên rất nhiều về tác động tích cực của cách ứng xử này đối với con cái mình.

Bạn cần biết lắng nghe những bộc bạch của con cái với một sự cảm thông, bởi vì không phải mọi suy nghĩ của chúng ngày nay đều giống như mong muốn của bạn. Thậm chí có một vài quan điểm mới của thời đại có thể là bạn không sao hiểu nổi. Cảm thông và chia sẻ mọi điều với con cái, bạn sẽ làm cho chúng tự nguyện lắng nghe và học hỏi những gì bạn muốn.

Khi con cái đến tuổi trưởng thành, cha mẹ nên là những người đầu tiên thừa nhận sự trưởng thành của chúng. Điều này giúp cho chúng tự tin và dễ thành đạt hơn khi thực sự vào đời. Bất cứ khi nào có thể, hãy chia sẻ cho con cái chịu trách nhiệm về một phần nho nhỏ nào đó trong những công việc của gia đình. Nếu trẻ làm được, hãy khuyến khích, động viên chúng. Nếu trẻ có sơ sót hoặc thất bại, cũng đừng nặng lời phê phán, chỉ trích. Hãy an ủi và dành cho chúng một cơ hội khác. Thực tế cho thấy những bậc cha mẹ biết quan tâm đến con cái vào giai đoạn này thường được bù đắp xứng đáng bằng niềm vui khi nhìn thấy con cái thành đạt sau này.

7. Đừng cáu gắt

Đừng bao giờ cáu gắt với con cái. Bạn có thể rầy la, uốn

nắn chúng khi cần thiết, nhưng phải thành thật với lòng mình là không bao giờ cáu gắt với con cái. Điều này không chỉ có hại cho con cái, mà thật ra là vô lý và ảnh hưởng rất xấu đến tâm lý của chính bạn. Suy cho cùng, con cái là do chính bạn tạo ra, vì thế không một lý do nào có thể biện minh cho việc bạn thực sự nổi nóng và cáu gắt với chúng chỉ vì sự nóng giận nào đó.

Nhưng đây là điều rất thường xảy ra mà thậm chí phải thừa nhận là ít có ai tránh khỏi. Khi bạn cáu gắt với con cái, bạn chẳng tạo được ảnh hưởng gì tốt hơn cho chúng cả, chỉ duy nhất là dựng lên bức tường ngăn cách với chúng mà thôi. Trong những gia đình mà cha mẹ thường xuyên cáu gắt, con cái sẽ dần dần trở nên lầm lì ít nói như một cách để bảo vệ chính mình. Điều đó ảnh hưởng rất xấu đến sự phát triển tâm sinh lý của chúng.

Hãy thành thật suy nghĩ lại vấn đề. Vì sao bạn phải cáu gắt với con cái kia chứ? Vì muốn chúng tốt hơn chăng? Vì như thế có thể giúp bạn thoải mái hơn chăng? Những điều này đều không thể nào đạt đến. Tôi cho rằng, vấn đề chỉ xảy ra là vì bạn bị chi phối quá mạnh bởi sự nóng giận mà không thể tự thắng được mình. Lần sau, nếu bạn chỉ cần nhẫn chịu 30 giây để suy nghĩ lại, tôi tin là bạn sẽ hành động khác hơn.

Hồi còn nhỏ, tôi có lần đập vỡ một cái bình trà rất quý của cha tôi. Lúc đó, tôi rất lấy làm sợ hãi, và cha tôi biết được nỗi lo sợ đó của tôi. Thay vì quát mắng, ông chỉ răn dạy tôi một câu là "Lần sau con hãy cẩn thận hơn." Ông nói câu đó với một giọng êm dịu và trấn an đến nỗi sự lo sợ của tôi ngay lập tức tiêu tan. Nhưng tôi tự trách mình rất lâu về lỗi lầm đó, và luôn cố giữ cho những hành vi, cử chỉ của mình bao giờ cũng thận trọng, nhẹ nhàng hơn. Bây giờ nghĩ lại, tôi vô cùng biết ơn cha tôi về cách giáo dục đúng đắn của người. Có lần, tôi đã nhắc lại chuyện ấy với cha tôi và hỏi: "Vì sao khi ấy cha không cáu gắt với con?" Ông cười và đáp: "Con ngốc ạ, cha sinh ra con chứ không sinh ra cái bình trà. Dù nó quý giá đến đâu, vẫn còn có thể tìm được để thay thế, còn con của cha thì không."

Vâng, quả đúng vậy. Bạn có bao giờ suy nghĩ tương tự với các lỗi lầm của con cái hay chưa? Nhưng phần lớn trong chúng ta quả là ít khi suy nghĩ được chín chắn như thế. Nếu bạn muốn chọn lựa một cách ứng xử tốt nhất cho sự phát triển của con cái, thì rõ ràng ở đây đã có câu trả lời.

Thật ra, thời gian gần gũi của con cái với chúng ta chẳng là bao lâu. Thấm thoát rồi chúng sẽ rời xa ta thôi. Thậm chí, nếu bạn cũng giống như tôi, bạn sẽ không sao quên được những phút giây tràn đầy hạnh phúc được bồng bế trên tay đứa trẻ chỉ vừa bập bẹ mấy tiếng đầu đời. Nhưng rồi thời gian ấy thoắt chốc đã qua đi! Càng lớn lên, trẻ càng xa rời tầm tay chúng ta, cho đến khi chúng bước hẳn vào đời và chúng ta chỉ còn biết ngồi ôn lại những hình ảnh đẹp của ngày xưa mà thôi! Vì thế, tại sao chúng ta lại không biết trân trọng những phút giây được gần gũi, nâng niu con cái?

Nhiều người cho rằng thiếu sự nghiêm khắc con cái sẽ dễ dàng hư hỏng. Tôi cũng đồng ý với quan điểm ấy, nhưng tôi hiểu sự nghiêm khắc không phải là thường xuyên la rầy, cáu gắt. Khi chúng ta thận trọng trong việc nuôi dạy con cái, chúng ta không quyết định mọi việc theo cảm tính mà có sự kết hợp cùng lý trí. Đó là một sự nghiêm khắc đúng mực. Không cần thiết phải tạo cho trẻ có ấn tượng sợ sệt về một người cha hay người mẹ quá nghiêm khắc. Vào những thời đại trước, cha mẹ hoàn toàn làm chủ được những thông tin mà trẻ tiếp xúc, nên việc dạy dỗ chỉ đơn giản là vạch ra những điều nên làm và không nên làm. Quyền lực của cha mẹ đóng vai trò tuyệt đối trong việc dạy dỗ như thế, và sự nghiêm khắc được cần đến để duy trì quyền lực đó. Ngày nay, trẻ con thường biết nhiều hơn mức mà chúng ta tưởng, nên chúng cũng có những cách nghĩ, những phản ứng khác hơn về cung cách ứng xử của cha mẹ, và việc dạy dỗ phải mang tính thuyết phục, giải thích nhiều hơn là bắt buộc.

8. Với những trẻ khác thường

Khi con cái bạn không bình thường như những đứa trẻ khác, bạn cũng cần có những sự quan tâm khác biệt hơn. Cho dù là khác thường theo hướng tốt hơn hay xấu hơn, trẻ cũng đều có những điều kiện tâm sinh lý khác biệt cần được hiểu rõ và đối xử một cách thích hợp.

Với những trẻ khuyết tật, ngoài việc dành cho trẻ tình thương yêu chăm sóc đúng mực, bạn còn cần phải có thêm lời khuyên hoặc chỉ dẫn từ những người chuyên môn. Nói chung, đây không phải là những trường hợp phổ thông, nên bạn không thể áp dụng những hiểu biết thông thường trong việc nuôi dạy trẻ. Mỗi trẻ em khuyết tật có những mức độ phát triển khác nhau, tâm lý khác nhau, và việc cần đến sự giúp đỡ chuyên môn để có được sự chăm sóc thích hợp là tất yếu.

Về mặt tâm lý chung, các trẻ khuyết tật luôn tự ý thức được khuyết tật của mình, và do đó thường nảy sinh những mặc cảm thua kém. Bạn cần giúp trẻ vượt qua được tâm lý này cho đến khi trẻ thật sự trưởng thành và có thể tự mình đứng vững được về mặt tâm lý. Một trong những biện pháp hữu hiệu là cố gắng phát hiện một ưu điểm nổi bật

Quan hệ giữa trẻ khuyết tật với các anh, chị em trong nhà cũng phức tạp hơn những trường hợp bình thường. Tuy nhiên, nếu bạn có thể tạo ra được một tình thương yêu chia sẻ thật sự thì vấn đề sẽ trở nên dễ dàng hơn.

Một dạng trẻ khác thường khó nhận thấy hơn nhưng cũng

cần sự quan tâm đặc biệt là những trẻ có trí óc phát triển quá chậm hoặc quá nhanh.

Thật ra, nói một cách chính xác thì hầu hết trẻ con xét theo một khía cạnh nào đó đều cần được quan tâm theo cách này. Trẻ rất hiếm khi phát triển một cách bình thường về mọi mặt. Mỗi đứa trẻ thường có một năng khiếu nhất định nào đó phát triển đặc biệt hơn những đứa trẻ khác, đồng thời cũng có một hoặc nhiều điểm yếu nào đó không phát triển theo kịp mức độ bình thường. Vấn đề là cha mẹ có quan tâm nhận ra hay không.

Những đứa trẻ có sự khác biệt rất nổi bật là trẻ có vấn đề về phát triển trí não rất kém, hoặc trẻ rơi vào dạng thần đồng hay thiên tài, luôn phát triển vượt mức so với bình thường. Dù là trẻ phát triển quá kém hay quá tốt hơn so với mức bình thường, sự quan tâm của gia đình đều phải được cần đến.

Xét theo nghĩa rộng hơn, khi con cái bạn thường xuyên dưới điểm trung bình tại lớp học của chúng về một môn nào đó, chính bạn là người phải quan tâm giải quyết vấn đề này mà không phải là thầy cô giáo. Điều này có thể làm cho nhiều người ngỡ ngàng, vì lâu nay họ vẫn cho rằng các thầy cô giáo phải nhận mọi trách nhiệm trong việc dạy dỗ trẻ em tại trường học. Nhưng điều đó chỉ đúng với những trẻ bình thường. Mặc dù hầu hết các thầy cô giáo đều có sự quan tâm giúp đỡ thêm đối với những học sinh yếu, nhưng điều này thường ít khi mang lại hiệu quả mong muốn nếu như các bậc cha mẹ có liên quan không chịu tích cực bắt tay vào việc mà chỉ ỷ lại vào nhà trường. Vì thế, nếu bạn thật sự thương yêu con cái, bạn phải nhận lấy trách nhiệm này.

Ngược lại, nếu con cái bạn thường xuyên vượt hơn chúng bạn về một môn nào đó, hoặc tỏ ra đặc biệt yêu thích riêng một môn học, bạn cần có sự quan tâm đến ngay. Vấn đề cũng tương tự như trên, thầy cô giáo ở trường thường chỉ giúp các em học tốt ở mức bình thường. Nhưng nếu một học sinh vượt hơn mức trung bình thường xuyên, chính cha mẹ các em phải có trách nhiệm giúp các em phát huy được tối đa ưu điểm của mình. Bạn không thể đòi hỏi nhà trường có sự giảng dạy riêng cho những học sinh giỏi cá biệt, nhằm giúp các em phát triển đúng theo năng lực của mình. Điều này vẫn thường xảy ra ở một số trường, nhưng chắc chắn vẫn không đạt đến yêu cầu đòi hỏi thật sự của trẻ. Nếu bạn muốn cho con mình phát huy hết mức năng khiếu đặc biệt của chúng, bạn cũng phải nhận lấy trách nhiệm làm việc này.

Cha mẹ có thể trực tiếp hỗ trợ việc học của con cái trong những trường hợp này nếu như có đủ kiến thức và khả năng. Nhưng thông thường hơn là chọn mời thầy cô giáo đến nhà để giúp trẻ. Điều này khác biệt hơn so với ở trường, vì trẻ được quan tâm chú ý giáo dục riêng biệt, nên dễ phù hợp với yêu cầu của trẻ hơn. Hầu hết các giáo viên giỏi đều có kinh nghiệm trong việc giúp đỡ các học sinh đặc biệt này.

Việc giáo dục con cái tại nhà ngày nay không còn xa lạ lắm với nhiều nước trên thế giới. Nhất là người ta đã chú ý đến tầm quan trọng của việc giáo dục tại nhà cho những trẻ em đặc biệt. Nhà trường không được lập ra với mục đích giải quyết được tất cả các nhu cầu "ngoại lệ" này. Vì thế, người ta biết rằng mỗi bậc cha mẹ đều phải ý thức được trách nhiệm của mình trong việc giúp trẻ phát triển đúng mức.

Tại Hoa Kỳ, vào năm 1993, việc giáo dục tại tư gia đã được chính thức công nhận là hợp pháp trên 50 tiểu bang. Điều đó có nghĩa là, phụ huynh có quyền dạy cho con em học tại nhà mà không cần đến trường cho đến khi các em thi vào đại học. Sự khác biệt giữa các tiểu bang về luật này là, có 9 tiểu bang đòi hỏi phụ huynh phải có bằng cấp chuyên môn mới được giáo dục con em tại nhà, nhưng 41 tiểu bang khác không đòi hỏi điều đó. Có nghĩa là, kết quả cuối cùng trong việc học của các em sẽ được xác nhận tại ngưỡng cửa bước vào đại học.

Luật này đáp ứng một thực tế là rất nhiều bậc cha mẹ đã đứng ra nhận trách nhiệm giáo dục học vấn cho con em mình khi nhận thấy những phát triển đặc biệt của chúng. Người ta đã thống kê được con số này, và ở 12 tiểu bang có tỷ lệ các em học tập ở nhà cao nhất, tỷ lệ các em chiếm đến 1,5% tổng số. Quả là một con số đáng kinh ngạc, và nó chứng tỏ rằng việc cha mẹ trực tiếp tham gia giáo dục học vấn cho con cái không phải là chuyện xa vời hay khó hiểu nữa. Điều quan trọng hơn nữa là hầu hết các em được học tại nhà, khi dự thi để công nhận trình độ đều vượt xa những trẻ em được học theo cách thông thường tại nhà trường.

Trở lại điều kiện nước ta, vấn đề chưa đi xa đến mức có những trẻ hoàn toàn học tập tại nhà. Tuy nhiên, việc phụ huynh phải bắt tay vào giúp đỡ con em trong học tập - hoặc nhờ các thầy cô giáo đến tại nhà - không còn là xa lạ nữa. Với những trường hợp đặc biệt khi trẻ quá yếu kém hoặc quá vượt trội, rõ ràng điều này là cực kỳ cần thiết để đảm bảo cho mức phát triển bình thường của trẻ.

Con cái đối với cha mẹ

Tính độc lập của con cái trong gia đình ngày nay cao hơn nhiều so với trước đây, điều đó có lẽ không sao phủ nhận được. Ngay cả khi con cái còn đang cắp sách đến trường, chúng vẫn có những khía cạnh riêng tư mà cha mẹ buộc phải tôn trọng. Còn cho đến tuổi trưởng thành thì khỏi cần phải nói, quyền quyết định cuộc đời mình khi đã trưởng thành có khi còn được cả pháp luật bảo vệ nữa, nói gì đến chuyện "cha mẹ đặt đâu con ngồi đó" như ngày xưa!

Trong bối cảnh thay đổi khá nhanh chóng đó, một số người đã không giữ được các nề nếp truyền thống tốt đẹp của ngày xưa trong việc hiếu kính cha mẹ. Đối với thế hệ lớn tuổi trước đây, điều này rất hiếm khi xảy ra. Người ta được dạy dỗ rằng "cha mẹ là trời biển" từ những ngày còn tấm bé. Ngày nay, tuy quan điểm ấy thật ra chẳng hề thay đổi, nhưng sự lạm dụng "chủ nghĩa bình đẳng" và "tự do" nhiều khi đã đẩy lùi cả những nếp nghĩ đã ăn sâu từ nhiều đời trước.

Thật ra, con cái trong thời đại này cũng không cần thiết phải nhất nhất cúi đầu vâng theo các cụ. Có những điều mà các cụ nếu bảo thủ sẽ không sao hiểu được, hoặc có hiểu cũng không chấp nhận được, nhưng nó đã trở thành có thật trong thời đại mới rồi. Tuy nhiên, điều này nhất định không thể đưa ra làm một lý do chính đáng để con cái có thể coi thường các đấng sinh thành.

Trong một chừng mực nào đó, sự tôn kính đối với cha mẹ là một yêu cầu đến nay vẫn không thay đổi trong nền văn hoá dân tộc ta, loại trừ những kẻ mất gốc. Tuy nhiên, một nhận thức mới về điều này cần được nêu ra. Đôi khi, việc không nghe theo lời các cụ không có nghĩa là đánh mất đi sự tôn kính. Vấn đề là ở chỗ, chúng ta phải giải thích như thế nào hoặc hành xử khéo léo ra sao để cho các cụ có thể cảm thông được với lý do buộc chúng ta phải quyết định làm như thế.

Chẳng hạn, một khi bạn đã suy nghĩ, cân nhắc kỹ lưỡng mọi yếu tố và quyết định mở một cửa hiệu vào thời điểm thuận lợi. Nếu người mẹ già của bạn khăng khăng không chịu đồng ý chỉ vì lý do "năm nay không hạp tuổi", có lẽ bạn cũng không thể vì thế mà bỏ lỡ thời cơ thực hiện quyết định của mình. Tuy nhiên, bạn cần tôn trọng sự phản đối đó. Hãy làm hết sức mình để giải thích những "quan điểm mới" cho bà cụ hiểu. Sự khéo léo của bạn là làm thế nào đó mà bà cụ không hiểu vấn đề theo cách là "nó đã lớn nên chẳng cần nghe lời cha mẹ".

Từ khi bạn bắt đầu bước vào tuổi trưởng thành, tự mình chịu trách nhiệm về những hành vi của mình, thì việc đối xử với cha mẹ như thế nào là một trong những vấn đề quan trọng mà bạn sẽ phải hối tiếc rất nhiều về sau nếu không quan tâm đúng mức. Tôi phải cảnh giác bạn điều này vì về mặt tâm lý có một sự thật là, tuy sống với cha mẹ từ bé đến lớn, bạn chắc chắn chưa hoàn toàn hiểu hết các cụ đâu!

Tôi có thể đơn cử một ví dụ mà thật ra cũng chẳng mới mẻ gì. Ca dao ta có câu:

*"Lên non mới biết non cao,
Nuôi con mới biết công lao mẫu từ."*

Vâng, nếu bạn lập một gia đình của riêng mình và có con cái. Ngay vào cái đêm đầu tiên khi mà bạn thức trắng với tiếng khóc của trẻ con, có lẽ là lúc bạn mới bất ngờ bắt đầu nhận ra mình đã chưa hiểu hết những nỗi nhọc nhằn của cha mẹ khi xưa. Và đó chỉ là điểm khởi đầu thôi, vì bạn cũng chỉ mới bắt đầu "lên non" thôi mà. Hãy đợi đấy, khi bạn thực sự đã "biết non cao" rồi, tôi tin là bạn không còn nghĩ về cha mẹ mình một cách giản đơn như trước đây.

Vấn đề đặt ra ở chỗ là, đã quá muộn hay chưa? Nếu bạn có đủ may mắn để nói "chưa", tôi xin chúc mừng bạn. Bởi vì không ít người đã phải ôm lòng ray rứt suốt quãng đời còn lại chỉ vì khi "hiểu ra thì sự đã rồi".

Việc tôn kính cha mẹ là một nguyên tắc sống đẹp chẳng những thể hiện lòng biết ơn đối với những bậc đã sinh ra và dưỡng dục chúng ta nên người, mà nó còn là một trong các chìa khoá để thu phục lòng người. Tôi nói điều này có lẽ một số người sẽ lấy làm lạ. Tuy nhiên, thực tế là như vậy. Bởi vì chúng ta đang sống trong một xã hội mà những truyền thống văn hoá dân tộc luôn được tôn trọng, cộng đồng xã hội luôn tán thành với những nét đẹp trong truyền thống văn hoá của cha ông. Trong một xã hội như thế, một người có lòng hiếu kính với cha mẹ dễ có được thiện cảm từ những người khác là điều tất nhiên, không có gì lạ. Thậm chí, đã có nhiều nhà chính trị xưa kia lợi dụng yếu tố này để thu phục lòng người. Chúng ta không có những dụng tâm giả tạo như họ, nhưng tác động thực tế của vấn đề là không thể phủ nhận. Hãy tự trả lời câu hỏi này: Nếu bạn đến chơi nhà một người bạn và tình cờ chứng kiến sự hiếu kính chân thành của người ấy đối với cha mẹ, bạn sẽ có ấn tượng như thế nào? Vâng, tôi tin là nhiều người khác cũng giống như bạn thôi.

Nếu bạn vẫn còn được sống chung với cha mẹ khi đã trưởng thành, đó là một điều cực kỳ may mắn. Đa số trong chúng ta không có được may mắn đó. Như đã nói trong một phần trước đây, ngày nay hiếm khi có những đại gia đình mà ông bà, cha mẹ và con cái cùng chung sống. Hầu hết chúng ta phải sống riêng một cách độc lập ngay sau khi lập gia đình.

Phần lớn những người được sống chung với cha mẹ sau khi đã lập gia đình riêng phải là con trưởng hoặc con út. Phải có những lý do đặc biệt nào đó thì các cụ mới sống chung với một trong những người con khác.

Nếu bạn sống chung với cha mẹ, chỉ cần bạn nhận thức đúng được vấn đề, bạn sẽ có thể biết được mình phải làm gì. Nhưng nếu bạn không có may mắn đó - mà đa số chúng ta đều kém may mắn - bạn cần biết cách hiếu kính cha mẹ cho dù mình không sống chung cùng các vị.

Ca dao ta có câu:

"Cha mẹ nuôi con như biển hồ lai láng,
Con nuôi cha mẹ con tính tháng tính ngày."

Tuy nghe có vẻ thật chua chát, nhưng thật không may là

điều này lại hoàn toàn đúng với một số khá đông người. Tôi mong là bạn không nằm trong số đó.

Trong số những người mà tôi quen biết, rất ít người nghĩ đến việc mình phải làm một cái gì đó để báo đáp, hoặc ít ra cũng là để bày tỏ lòng biết ơn đối với cha mẹ. Có nhiều lý do dẫn đến điều đó trong thời đại này.

Trước hết, cuộc sống ngày nay quá bận rộn đến nỗi người ta hầu như không có thời gian dành cho những việc không cần thiết. Và thật không may là nhiều người xem việc đi thăm viếng cha mẹ hoặc mua sắm cho các cụ dăm ba món đồ... là việc không cần thiết! Đôi khi, họ suy nghĩ một cách đơn giản như: "Anh Hai lo được việc ấy mà.", hoặc "Nhà chú Út có thiếu thốn thứ gì đâu..." Và với những cách nghĩ ấy, họ không xem việc dành thời gian cho cha mẹ là cần thiết. Đáng buồn thay cho những người này đã "lên non" mà vẫn còn chưa "biết non cao".

Những cách suy nghĩ này còn xuất phát từ một đặc điểm của xã hội trong thời đại mới. Chuẩn mực sống ngày nay đã lên khá cao so với trước đây, đến nỗi cơm gạo để nuôi cha mẹ thật ra chẳng phải là vấn đề đáng kể đối với nhiều người. Mức chi tiêu thường ngày của nhiều gia đình rơi vào những khoản tiện nghi khác lớn hơn nhiều so với là "cơm ăn áo mặc" như ngày xưa. Vì vậy, mỗi người con thường thấy không cần thiết phải đóng góp năm mười ký gạo hoặc chút phí tổn nào đó vào việc nuôi dưỡng cha mẹ.

Một nguyên nhân khác nữa là khả năng tài chánh của các cụ. Một số cha mẹ thời nay không cần đến sự nuôi dưỡng về mặt vật chất của con cái. Các vị đã tính trước mọi điều từ khi còn làm việc được, và ngoài việc lo cho con cái, các vị còn tích luỹ đủ để an hưởng tuổi già mà không cần con cái phải quan tâm. Trong trường hợp này, nếu con cái không có một nhận thức đúng đắn thì rất dễ quên đi trách nhiệm hiếu kính của mình.

Trong mọi trường hợp, vấn đề ở đây không phải là nuôi dưỡng cha mẹ bằng cơm gạo. Có hai khía cạnh mà chúng ta cần phải nhận thức đúng trong vấn đề này.

Thứ nhất, trong tuổi già cha mẹ luôn cần đến con cái không phải chỉ là vấn đề nuôi dưỡng mà còn là yếu tố tình cảm. Dù không cần gì về vật chất, cha mẹ vẫn rất cần con cái mang lại niềm vui cho mình bằng những cử chỉ hiếu kính. Nhiều cụ ông hoặc cụ bà còn trở tính hờn dỗi với con cái khi chúng không quan tâm đúng mức đến mình. Tục ngữ nói lên hiện tượng tâm lý này bằng câu: "Một già một trẻ bằng nhau." Ý nói tính khí của người già thường quay trở lại giống như trẻ con.

Thứ hai, quan tâm đến cha mẹ là một yêu cầu xuất phát từ tự thân chúng ta. Có thể các cụ cần hay không cần, nhưng bản thân chúng ta nhất định phải làm điều đó nếu thực sự muốn "nên người".

Ngoài ra, một vấn đề thiết thực cũng cần phải đề cập đến nữa. Sự hiếu kính của bạn đối với cha mẹ chính là tấm gương dạy dỗ con cái của chính mình. Có câu chuyện xưa nói lên ý nghĩa này như sau:

Có người con nuôi dưỡng ông cha già bệnh tật quá lâu mà không chết. Lâu ngày chày tháng đâm ra nản lòng không chịu đựng nổi được nữa, anh ta mua một chiếc xe kéo, đặt người cha lên đó rồi bảo đứa con trai phụ với mình để kéo cha lên tận trên núi cao mà bỏ. Khi quay về, đi một đoạn anh không thấy đứa con trai đâu cả, liền dừng lại để chờ. Lát sau, đứa con lững thững lôi chiếc xe không trở về theo kịp anh ta. Anh quát thằng bé: "Mày mang chiếc xe ấy về làm gì?" Thằng bé tròn xoe mắt nhìn anh rồi nói: "Xe mới, còn tốt lắm. Có thể để dành sau này con dùng để kéo cha được mà!"

Ngày nay, hoặc thậm chí cả ngày xưa, chắc là không có một câu chuyện như thế thực sự xảy ra. Nhưng ý nghĩa trong câu chuyện thì không ai phủ nhận được, thậm chí nó vẫn còn rất chính xác khi vận dụng vào ngày nay. Những gì bạn làm cho cha mẹ, tất yếu sẽ là những gì bạn nhận được từ con cái.

Có nhiều cách để bạn bày tỏ sự hiếu kính của mình đối với cha mẹ. Điều quan trọng nhất là bạn phải thực sự muốn làm điều đó vì nhận ra tính đúng đắn và sự cần thiết của nó.

Bạn có thể bắt đầu bằng cách dành ra một khoảng thời gian tối thiểu nào đó cho cha mẹ trong thời biểu thường xuyên của mình. Đừng cho rằng chỉ cần làm điều đó vào lúc rảnh rỗi. Sẽ không có lúc đó đâu. Nếu bạn đã dành những thời gian nhất định cho con cái, thì bạn cũng cần phải dành ra những khoản thời gian nhất định cho cha mẹ. Tôi không biết là bạn có thể dành ra được bao nhiêu thời gian, hoặc sẽ sử dụng thời gian đó như thế nào. Điều đó tuỳ nơi bạn, nhưng phải xem đây là việc thường xuyên, quan trọng, không thể tuỳ tiện làm hay không làm.

Ngân sách gia đình cũng cần phải dành ra một khoản thích hợp cho cha mẹ. Có thể là cha mẹ không hề cần đến, như tôi đã nói ở một đoạn trên, nhưng niềm vui mà cha mẹ có được khi nhận một món quà nào đó của bạn là có thật. Hơn thế nữa, việc làm ấy nhằm biểu lộ sự hiếu kính của bạn một cách cụ thể, hơn là xuất phát từ nhu cầu cần thiết hay không của cha mẹ. Bạn có thể dùng khoản tiền ấy một cách sáng tạo như thế nào để "mua vui" cho cha mẹ cũng tốt, nếu như các vị không cần đến nó như một nhu cầu sống.

Khi cha mẹ có đông con cái, điều quan trọng là không nên nhìn vào cách ứng xử của những người con khác để quyết định việc làm của mình. Các anh, chị hoặc em bạn có thể có hoặc không có sự hiếu kính đối với cha mẹ, nhưng đó là chuyện của họ. Không nên lấy đó làm lý do ảnh hưởng đến thái độ của bạn.

Một khi cha mẹ có bệnh tật hoặc quá suy yếu, vấn đề này càng dễ bộc lộ rõ hơn. Hãy đối xử với cha mẹ bằng một tinh thần trách nhiệm cao của riêng mình, đừng chú ý đến thái độ của các anh chị em khác.

Một điều nữa cần bàn thêm ở đây là cách đối xử với cha mẹ vợ hoặc cha mẹ chồng. Trong thời đại ngày nay, nhận thức về vấn đề này đã thay đổi rất xa so với trước đây. Khi quan hệ vợ chồng trở nên bình đẳng hơn trước và chủ trương nam nữ bình quyền được tôn trọng, thì tất nhiên người con gái cũng không còn bị xem là "nữ nhân ngoại tộc" như xưa kia nữa. Như vậy, liệu người con gái đã lập gia đình còn có trách nhiệm với cha mẹ tương đương như người con trai hay không?

Ở đây chúng ta có thể là đang đề cập đến một vấn đề còn mang tính lý thuyết, tuy nhiên là một lý thuyết tích cực và hợp lý hơn. Từ góc độ đó, việc đối xử với cha mẹ vợ hoặc cha mẹ chồng của mình nên được xem giống như với cha mẹ ruột. Điều này chẳng những thể hiện một nét đẹp trong cuộc sống mà chắc chắn còn góp phần vào việc củng cố quan hệ hôn nhân vững chắc hơn, đồng thời cũng giáo dục con cái một cách thiết thực hơn.

Sở dĩ tôi nói đây là vấn đề mang tính lý thuyết, bởi vì trong thực tế thì sự "bình quyền nam nữ" hoặc quan hệ "bình đẳng" giữa vợ chồng vẫn còn rất nhiều giới hạn, và quan niệm cũ vẫn còn ăn sâu trong suy nghĩ của rất nhiều người. Tuy nhiên, theo đà phát triển của xã hội văn minh ngày nay thì có lẽ không bao lâu rồi lý thuyết cũng sẽ hoàn toàn trở thành hiện thực.

Quan hệ giữa anh, chị, em với nhau

Với những thế hệ trước đây, hầu hết các gia đình đều đông con, thậm chí còn có nhiều gia đình một người cha mà có đến hai, ba người mẹ, nên quan hệ giữa anh, chị, em với nhau phức tạp hơn ngày nay rất nhiều. Ngày nay, mỗi gia đình chỉ thường có từ một đến hai con, hoặc nhiều lắm là ba con - tất nhiên vẫn còn một số ngoại lệ - thì quan hệ giữa anh, chị, em trong gia đình trở nên đơn giản hơn rất nhiều.

Người Việt Nam có truyền thống xem trọng huyết thống kèm theo với việc phân biệt tôn ti trật tự. Nếu như anh em trai cùng một nhà trong tiếng Anh chỉ dùng cùng một từ "brother" để chỉ đến, thì người Việt phân biệt rõ ràng anh hay em. Hơn thế nữa, quan điểm "quyền huynh thế phụ" cho đến nay vẫn được không ít người tôn trọng.

Đã phân biệt tôn ti trật tự, thì cung cách ứng xử cũng phải có sự khác biệt nhau. Làm anh, chị thì bao giờ cũng phải biết nhường nhịn các em. Tuy có "quyền" hơn nhưng đồng thời trách nhiệm cũng lớn hơn, phải biết lo lắng cho các em và nhiều khi thay thế cha mẹ trong nhiều công việc có thể được. Ngược lại, làm em thì phải tôn kính anh chị, biết giữ bổn phận của mình. Những điều đó tạo thành một khuôn mẫu chung hầu như có thể thấy ở tất cả mọi gia đình Việt Nam.

Quan hệ giữa anh, chị, em với nhau trong thời gian chung sống dưới mái gia đình nói chung là như vậy. Ở đây không cần thiết phải phân tích nhiều hơn mới thấy được.

Tuy nhiên, vấn đề quan trọng hơn là khi mỗi người đều đã lập gia đình riêng của mình, liệu mối quan hệ đó được gìn giữ như thế nào? Rất nhiều người không xem đây là vấn đề cần thiết, mà chỉ duy trì một mối quan hệ tuỳ thuộc vào điều kiện sinh sống hoặc làm việc của mình. Người ta ít nghĩ đến việc phải làm thế nào đó để củng cố những mối quan hệ mà thật ra là vô cùng quan trọng vì không sao thay thế được.

Tục ngữ có câu "Giọt máu đào hơn ao nước lã." Ngày nay chúng ta thường lặn hụp nhiều hơn trong "ao nước lã" mà ít khi chủ động làm điều gì đó để củng cố quan hệ với những "giọt máu đào" của mình.

* * *

Trong cuộc sống trôi chảy bình thường, chúng ta rất ít khi nhớ đến anh hay chị, em của mình. Mỗi người một gia đình, thường là tất bật với vấn đề sinh kế, cho dù có thong thả đôi chút về vật chất cũng khó lòng mà rảnh rỗi được trong thời đại này.

Nhưng một khi có điều gì đó bất thường xảy đến. Một tai nạn, một cơn bệnh nặng, hoặc thậm chí một sự thất bại nặng nề, suy sụp trong công việc... thì những người đầu tiên mà chúng ta nhớ đến chính là các anh, chị em của mình. Hơn thế nữa, họ cũng thường chính là những người đầu tiên quan tâm tìm đến với chúng ta. Đó là những người mà chúng ta có thể tin cậy, chia sẻ, dựa dẫm trong bất cứ trường hợp nào. Ngoài mối quan hệ huyết thống bao giờ cũng được xem trọng trong truyền thống dân tộc ta, thì suốt cả một thời thơ ấu gắn bó bên nhau dưới mái gia đình cũng là một yếu tố khiến cho chúng ta không thể nào tìm được một quan hệ tương đương ở bất kỳ ai khác. Lời xưa nói: "Anh em như chân với tay, vợ chồng áo mặc thay ra thay vào."[1] Điều đó cũng có những cơ sở vững chắc của nó. Người ta có thể ly dị với vợ hoặc chồng chứ không thể thay đổi được quan hệ ruột thịt giữa người trong một nhà.

---

[1] Huynh đệ như thủ túc, phu thê như y phục.

Tuy nhiên, liên hệ huyết thống cũng chưa phải là yếu tố tuyệt đối để đảm bảo một quan hệ tốt đẹp. Anh em với nhau là "tình", còn có gắn bó với nhau đến mức nào cũng còn tuỳ nơi cái "nghĩa" nữa. Tình nghĩa có quân bình, đầy đủ thì quan hệ mới có thể tốt đẹp bền vững. Cái "nghĩa" ở đây chính là cung cách đối xử với nhau qua thời gian.

Nếu bạn nhận thức được tầm quan trọng của mối quan hệ tốt đẹp với anh, chị em, bạn sẽ biết cách làm thế nào để củng cố tốt mối quan hệ đó.

Nếu bạn có được những người anh, chị em gắn bó tốt, bạn có được những chỗ dựa tinh thần rất quan trọng, cần thiết trong những lúc sóng gió của cuộc đời. Một điều nữa cũng quan trọng không kém mà đôi khi bạn có thể không nghĩ đến. Đó là mối quan hệ tốt cho con cái của mình. Nếu như "trăm người bạn vẫn chưa phải là thừa", thì tại sao bạn không cố gắng gìn giữ cho con cái mình những mối quan hệ đáng tin cậy trong cuộc đời chúng?

* * *

Chỉ cần bạn nhận thức đúng được tầm quan trọng của vấn đề, và thật lòng muốn làm, bạn sẽ làm được. Vì có rất nhiều cách đơn giản mà hiệu quả để bạn làm điều ấy.

Hãy dành thời gian nghĩ đến các anh, chị, em của mình, cho dù họ đang sinh sống ở đâu đó, gần hay xa bạn. Nếu bạn có ít thời gian, hãy giữ liên lạc với họ ít nhất mỗi tháng một lần. Điều quan trọng là hãy làm điều đó một cách chân thành và đều đặn, chẳng hạn vào đầu tháng hoặc cuối tháng, hoặc theo một định kỳ thích hợp nào đó. Họ sẽ nhận ra là bạn đang quan tâm đến họ, không chỉ là việc chợt nhớ đến một cách tình cờ. Trong thời hiện đại này, bạn đừng bảo là khó làm điều ấy, vì như vậy sẽ là tự dối mình. Bạn có thể dùng điện thoại, thư tín... cách nào cũng được. Hơn thế nữa, nếu không nhận được sự hồi âm, phúc đáp, cũng đừng lấy điều đó làm đáng buồn hay hờn giận. Không phải ai cũng có thể nhạy cảm đến mức nhận ra ngay mọi việc, nhưng nếu bạn kiên trì, bạn sẽ nhận được kết quả xứng đáng.

Nếu có dịp nào đó bạn có thể sắp xếp đưa con cái đi chơi, hãy nghĩ đến việc viếng thăm các anh, chị, em của mình như một trong những nơi ưu tiên. Thử tưởng tượng, bọn trẻ sẽ được chơi đùa với nhau trong một tình thân ấm áp khác hẳn với những quan hệ bạn bè thông thường của chúng. Điều đó đủ để bù đắp cho sự quan tâm của bạn. Về phần bạn, những dịp này sẽ vô cùng thuận tiện để anh em, chị em ngồi ôn lại những kỷ niệm xưa - những kỷ niệm mà tôi tin là bao giờ cũng rất đẹp đối với mỗi người, bởi vì ngay cả một trận đòn dữ dội của thời thơ ấu thì ngày nay cũng sẽ được nhớ đến một cách thú vị và trân trọng. Đó là những giây phút đẹp mà bạn không thể tìm thấy ở bất kỳ một nơi nào khác. Điều đó nuôi dưỡng tinh thần bạn, tiếp thêm sức mạnh cho bạn trong cuộc sống khó khăn, vất vả.

Nếu như bạn may mắn có cha mẹ vẫn còn sống trên đời này, bạn có thể đề nghị với các anh, chị, em của mình những dịp cùng đến thăm cha mẹ. Đây là một ý hay, vì bạn sẽ được sống lại không khí gia đình thân mật của ngày xưa và đồng thời giáo dục cho con cái mình mối quan hệ tốt trong dòng tộc.

Ngày xưa các cụ luôn tôn trọng tục lệ "ăn giỗ" ở nhà một vị tộc trưởng hoặc đích tôn, vì những người này chịu trách nhiệm cúng giỗ ông bà. Đây là một tục lệ mang nhiều ý nghĩa sâu xa mà rất tiếc là trong thời hiện đại chúng ta không giữ được nhiều.

* * *

Ngày tôi còn nhỏ, cứ mỗi dịp được theo cha mẹ đi "ăn giỗ" là trong lòng vô cùng náo nức, mừng vui. Tôi chưa đủ trí khôn để hiểu được ý nghĩa của việc thờ cúng ông bà, nhưng tôi cảm nhận được sâu sắc mối quan hệ thân mật với những người trong dòng họ mỗi lần được về ăn giỗ. Người về ăn giỗ rất đông, và điều thú vị là bất cứ ai trong số họ cũng đều có quan hệ huyết thống xa gần với gia đình. Tôi được chỉ cho biết những ông, bà, cô, chú, bác, anh, chị, cháu ... đủ mọi thứ bậc không sao nhớ hết. Tôi thích nhất là có những "đứa cháu" gọi tôi đến bằng chú hoặc bác mà chúng lớn hơn tôi đến mươi, mười lăm tuổi!

Ngày nay những đám giỗ lớn như thế không còn nữa. Nhưng vào ngày giỗ ông nội hoặc bà nội tôi, các cô, chú vẫn thường quy tụ về nhà tôi, cùng với con cái của họ, vì cha tôi là con trai lớn nhất. Vào những dịp này, người lớn trẻ con đều vui vẻ, tràn đầy tình thân mật. Tôi không biết ông nội hay bà nội có về chứng giám lòng thành của con cháu hay không, nhưng chắc chắn một điều là nếu còn sinh tiền các vị sẽ lấy làm sung sướng khi thấy con cháu vẫn giữ được tình thân như thế.

Đó là điều mà ngày nay chúng ta vẫn còn làm được, nếu muốn. Hầu hết người Việt Nam không ai là không có tục cúng giỗ ông bà hàng năm. Nhưng việc tổ chức "phần ai nấy cúng" như ngày nay vẫn thường được thực hiện "cho thuận tiện" là một sai lầm. Trong anh chị em nên thống nhất việc cúng giỗ phải do một người tổ chức mà thôi. Nếu cha mẹ đã mất, người ấy thường là con trai lớn nhất. Nếu cha mẹ còn sống, người cúng giỗ sẽ là người đang sống với cha mẹ, bất kể đó là con trưởng, con thứ hay con út. Những người khác có trách nhiệm đưa con cái về "ăn giỗ". Đây là một cơ hội vô cùng quý giá để anh chị em trong gia đình cùng gặp gỡ nhau và siết chặt tình thân, gắn bó nhau hơn nữa.

Thật ra, trong thực tế thì quan hệ giữa anh, chị, em một nhà với nhau không phải bao giờ cũng hoàn toàn êm đẹp. Đôi khi, vì cuộc sống khó khăn, chúng ta rất dễ có những đụng chạm, xích mích với nhau. Tuy nhiên, nếu hiểu được tầm quan trọng của một mối quan hệ tốt và lâu dài cho bản thân cũng như con cái mình về sau, chúng ta có thể cởi mở hơn, dễ cảm thông hơn và cũng nhẫn nhục hơn. Chỉ cần được như thế, bạn sẽ thấy không có xích mích nào là không thể hàn gắn, hoà giải được.

CHƯƠNG IV

QUAN HỆ HÔN NHÂN

Với người bạn sẽ kết hôn

Sẽ vô cùng may mắn nếu bạn chỉ quan hệ với một đối tượng duy nhất nào đó trước khi kết hôn. Điều đó có nghĩa là bạn tìm được "ý trung nhân" ngay trong lần quan hệ đầu tiên. Tuy nhiên, đây là trường hợp rất hiếm có trong thời đại này. Thường thì bạn cần phải và buộc phải trải qua những sự lựa chọn khác nhau, đôi khi là cùng lúc. Và vì thế bạn cần biết cách giữ mối quan hệ tốt như thế nào với những đối tượng mà bạn đang chọn lựa.

Quan hệ hôn nhân và quá trình tìm hiểu để đi đến hôn nhân ngày nay đã khác xưa rất nhiều. Ngày trước, người ta rất ít ;khi được trực tiếp tìm hiểu nhau trước khi kết hôn. Thường chỉ là thông qua việc dò hỏi từ người khác, nhất là những người mai mối. Nhưng những thông tin nhận được theo cách ấy thường ít khi chính xác, bởi mồm mép của các bà mai mối là ... ghê gớm lắm. Có câu chuyện khôi hài về một cô dâu sứt môi được bà mai thông báo trước với nhà trai là cô dâu "mồm mép không được lành lặn cho lắm". Nhà trai hiểu theo cách là cô dâu chắc có lẽ hơi khuyết điểm về cách ăn nói, thôi thì về nhà chồng chịu khó dạy dỗ thêm. Đến khi cưới xong mới vỡ lẽ... Nhưng bà mai đằng trai cũng thuộc loại "cao thủ" chẳng kém gì, đã báo trước với nhà gái là chàng rể "không được ngay thẳng lắm". Nhà gái hiểu theo cách là chàng rể tương lai có lẽ tính tình không được hoàn toàn chơn chất, lương thiện, nhưng điều đó có hề gì, miễn có gia đình rồi thì nó hẳn phải lo làm ăn thôi. Đến chừng cưới xong mới vỡ lẽ đó là một anh ... gù lưng. Thôi thì, vỏ quít dày gặp móng tay nhọn. Hoá ra cũng chẳng ai thua ai, mà thành ra là thật "xứng đôi vừa lứa".

* * *

Đó là chuyện đùa, nhưng là đùa để nói lên một thực trạng về quá trình tìm hiểu để xây dựng hôn nhân ngày xưa. Còn chuyện thật như cha tôi ngày trước gặp mẹ tôi, cũng chỉ là tình cờ ngồi trong quán nước nhìn ra thấy được, liền đem lòng vương vấn, về nhà thưa chuyện với ông bà nội rồi nhờ người dọ hỏi đến tận nhà. Sau đó là các thủ tục cưới xin trong khi hai người chưa một lần được trực tiếp nói chuyện cùng nhau.

Ngày nay thì sự việc hoàn toàn khác biệt. Người ta chẳng những được tìm hiểu nhau mà thậm chí còn tìm hiểu rất kỹ trước khi đi đến quyết định kết hôn cùng nhau. Vai trò của cha mẹ rất mờ nhạt trong giai đoạn tìm hiểu này, bởi vì lắm khi các vị chẳng biết gì cả, cho đến khi con cái chính thức thưa chuyện xin tiến hành việc cưới hỏi.

Truyền thống dân tộc cũng giữ cho các mối quan hệ "tiền hôn nhân" của chúng ta có một giới hạn nhất định. Nghe nói ở phương Tây ngày nay còn có "mốt" sống chung với nhau "thử" một thời gian trước khi cưới. Mong rằng cái "mốt" ấy đừng có lây sang xứ mình.

Một điều có vẻ như nghịch lý là, với sự khác biệt tích cực như thế, nhưng tỷ lệ những cặp ly hôn ngày nay lại cao hơn gấp bội. Tôi nói "cao hơn" cũng là nói giảm nhẹ, chứ theo chỗ tôi biết thì hầu như vào thế hệ của cha mẹ, ông bà tôi... trở về trước, vợ chồng ly hôn là chuyện cực kỳ hiếm hoi mà không phải ai cũng có "may mắn" được chứng kiến. Khắp vùng tôi ở, cũng chỉ được nghe nói đến- chứ không nhìn thấy - có một vụ duy nhất là một ông nào đó "để vợ", theo cách dùng từ ngày trước có nghĩa là bỏ vợ, vì bà này nổi tiếng đanh đá nhất... chợ tỉnh. Thế thì làm sao mà so sánh để nói là "cao hơn" được!

Vì sao như vậy? Tôi cũng đã trao đổi vấn đề này với khá nhiều người, và có nhiều ý kiến nhận định khác biệt nhau.

Có người cho rằng, các cụ ngày xưa chưa hẳn đã có gia đình hạnh phúc, nhưng lễ giáo khắc nghiệt không cho phép nghĩ đến chuyện ly hôn nên phải gượng ép sống chung đó thôi. Ngày nay, những quan niệm mới cởi mở hơn, tự do hơn đã giải phóng người ta khỏi những cảnh sống bất đắc dĩ đó. Vì thế mà ta nhìn thấy một tỷ lệ ly hôn cao. Theo những người này, những cặp "không ly hôn" mới thật sự là hạnh phúc, và rất có thể sau nhiều lần ly hôn thì cuối cùng mỗi người đều sẽ tìm được cho mình một cuộc hôn nhân hạnh phúc.

Tôi không biết ý kiến này có đúng không. Nhưng thấy có vẻ hơi võ đoán. Có lẽ cần phải có những cuộc điều tra, thống kê cụ thể để đưa ra các số liệu chứng minh thì may ra mới có thể thuyết phục được. Còn cứ theo như suy luận mà nói, thì lập luận này có nhiều chỗ không ổn lắm. Làm sao biết các cụ ngày xưa không hạnh phúc? Các cụ thì tôi không biết, nhưng hai cụ nhà tôi thì quả thật các vị chẳng có vấn đề gì để phải gọi là sống chung "bất đắc dĩ". Còn những người có thành tích ly hôn cao vào thời này - từ ba đến bốn lần hoặc hơn nữa - thì tôi cũng đã có may mắn tiếp xúc, và tôi rất lấy làm ngờ vực là sau "nhiều lần ly hôn" liệu họ sẽ có được một gia đình hạnh phúc hay không. Điều làm tôi ngờ vực là hoàn toàn có cơ sở, bởi những nguyên nhân dẫn đến ly hôn vẫn còn sờ sờ ra đó, làm sao có thể hy vọng một cuộc hôn nhân tốt đẹp?

* * *

Tuy nhiên, trong ý kiến này tôi thừa nhận yếu tố "lễ giáo khắc nghiệt" như một nguyên nhân tích cực gìn giữ hạnh phúc gia đình. Nhưng "khắc nghiệt" có lẽ là một từ dùng hơi sai lệch hoặc thái quá trong trường hợp này. Nói cho chính xác, đó là một nề nếp, một quan điểm sống được gìn giữ trong truyền thống văn hoá dân tộc ta từ xưa đến nay. Qua cha mẹ tôi, tôi hiểu rằng việc ly hôn được các cụ ngày xưa xem như một điều rất đáng xấu hổ, không chỉ cho cá nhân hai người mà còn là cho cả hai bên dòng họ nữa.

Chính cách suy nghĩ này đã tạo nên một tinh thần trách nhiệm rất cao trong cuộc sống hôn nhân. Nhờ đó, người ta có thể vượt qua hầu hết những trở ngại, vấp váp không sao tránh khỏi trong cuộc sống chung của một gia đình. Tôi sẽ trở lại vấn đề này trong một phần sau.

Một trong những điểm chung thường gặp ở những người có thành tích ly hôn cao là họ đã nghĩ đến chuyện ly hôn ngay trước khi kết hôn. Họ đã xem hôn nhân như một cách ... thử qua cho biết! Nếu vừa ý thì sống chung, có gì đó bất đồng hoặc không thoả mãn thì ... chia tay. Thật đơn giản!

Với cách nghĩ đó, những cụm từ như "ván đã đóng thuyền", "chim vào lồng", "cá cắn câu"... mà ngày xưa dùng để chỉ quan hệ hôn nhân thật không còn thích hợp nữa, vì mối quan hệ ràng buộc không còn được xem như bất di bất dịch, mà quả đúng thật chỉ là "vợ chồng áo mặc thay ra thay vào".

Khác biệt lớn nhất, theo tôi, là ở điểm này. Ngày nay, người ly hôn không tự mình cảm thấy có gì phải "xấu hổ" như ngày xưa, nói gì đến chuyện lo nghĩ về danh dự, tiếng tăm của dòng họ!

Không có sợi dây ràng buộc quan trọng này, tuổi trẻ bốc đồng thường dẫn đến những quyết định sai lầm là điều không sao tránh khỏi.

Một trong những ý nghĩ chủ quan của riêng tôi là, nếu những cặp ly hôn đều cố gắng sống chung với nhau trong một thời gian nhất định nào đó và cùng nỗ lực giải quyết các vấn đề chung, có lẽ số người thật sự muốn ly hôn sẽ giảm xuống phần nào chăng.

Thật ra thì luật pháp cũng đã vận dụng ý tưởng này, bằng cách dành một thời gian chờ đợi nhất định cho những người xin ly hôn trước khi đưa ra quyết định chính thức cho phép ly hôn. Nhưng một thời gian ngắn và với sự thiếu thiện chí của cả đôi bên thì cũng hiếm khi mang lại được một kết quả tích cực.

Vì thế, điều tốt nhất vẫn là sự thận trọng cần thiết trước khi đi đến quyết định kết hôn. Nếu trong thời gian tìm hiểu để đi đến hôn nhân mà bạn có nghĩ đến việc ly hôn như một "giải pháp dự phòng" khi quan hệ hôn nhân không được tốt đẹp, tôi khuyên bạn hãy từ bỏ ngay ý tưởng ấy đi. Bởi vì chính ý nghĩ này sẽ trở thành một thứ kính mờ ngăn che không cho bạn nhìn rõ những vấn đề mà lẽ ra phải biết rõ.

* * *

Biết cảm thông và bao dung, rộng lượng là những đức tính rất tốt giúp cho quan hệ hôn nhân được bền vững, nhưng lại là những điều không nên lạm dụng trong giai đoạn tìm hiểu để đi đến hôn nhân. Bởi vì, rất có thể bạn cảm thông cho một khuyết điểm hoặc sự bất đồng nào đó của người yêu, nhưng sẽ không thể cảm thông cho cùng một điều ấy nơi một người vợ hoặc người chồng.

Tinh thần trách nhiệm cao trong khi quan hệ tìm hiểu đối tượng mà bạn sẽ kết hôn là một trong những yếu tố có thể giúp giảm thiểu tối đa nguy cơ tan vỡ về sau này. Điều này giúp bạn có được những nhận xét chính xác, đúng đắn hơn mà không bị che mờ bởi những tình cảm bốc đồng của tuổi trẻ.

Tuy nhiên, nếu bạn thật sự muốn có một mái ấm gia đình và không đến nỗi phải "ở goá" bất đắc dĩ, tôi khuyên bạn đừng đặt ra những chuẩn mực quá lý tưởng để rồi đi đến chỗ "cầu toàn trách bị". Mỗi con người nhất thiết đều phải có những khuyết điểm nào đó - người nào hoàn toàn không có mới là chuyện lạ trên đời! Điều quan trọng là, những "khuyết điểm nào đó" có "chỏi" lắm với bản thân bạn hay không? Có thể rồi sẽ khắc phục được hoặc chấp nhận được hay không? Nói chung, một người vợ hoặc người chồng lý tưởng không phải là mọi cái đều lý tưởng - nếu có người như thế, họ cũng không thèm kết hôn với bạn đâu! - mà chính là mọi cái đều thích hợp, chấp nhận được đối với mình. Nói nôm na như ông bà xưa là "nồi nào, vung nấy"!

* * *

Bạn có nên cùng lúc có nhiều đối tượng tìm hiểu để đi đến hôn nhân hay không? Mỗi người có thể nghĩ khác nhau về vấn đề này. Nhiều người cho rằng đó là lối "bắt cá hai tay" và rất dễ đưa đến việc "xách rổ về không".

Nhưng chúng ta tôn trọng chế độ một vợ một chồng, chứ việc có nhiều "đối tượng tìm hiểu" thì thật ra có gì sai trái đâu?

Vấn đề này, theo tôi cũng không hẳn là do bạn "muốn mà được". Duyên số ấy mà! Có phải đối tượng nào cũng có đủ những điều kiện ban đầu nhất định để bạn khởi sự việc theo đuổi, tìm hiểu đâu? Nhưng nếu "duyên may" đưa đẩy mà bạn gặp gỡ được đến đôi ba người cùng lúc, "mỗi người một vẻ, mười phân vẹn mười" thì biết bỏ ai lấy ai ngay lập tức đây?

Trong những trường hợp đó, tôi cho rằng việc giữ mối quan hệ tìm hiểu với cùng lúc hai hoặc ba đối tượng không phải là điều sai trái. Vấn đề là bạn nhất thiết phải thành thật với chính mình và cả với các "đối tượng". Không có gì phải che giấu "ý đồ" đang tìm hiểu để chọn lựa của mình. Thời đại bình quyền này, bạn chọn lựa người khác thì bản thân bạn cũng đang là đối tượng để người khác chọn lựa đấy. Đâu có ai hơn ai! Và một khi đã có đủ các yếu tố thích hợp để đi đến quyết định, hãy tìm cách bày tỏ ngay - trực tiếp hoặc gián tiếp - cho "mọi người" đều biết quyết định của mình. Điều đó thể hiện tinh thần trách nhiệm của bạn đối với chính mình cũng như với người khác.

Giai đoạn quan hệ tình cảm "tiền hôn nhân" thường là giai đoạn tình cảm đẹp đẽ nhất trong suốt cuộc đời của mỗi chúng ta. "Tình chỉ đẹp khi còn ... dang dở" kia mà! Nối kết lại với nhau rồi thì những mơ mộng liền phút chốc vỡ tan, để hiển bày ra các yêu cầu khó khăn, khắc nghiệt của những lo toan "cơm áo gạo tiền" trong một cuộc sống chung. Vì thế, không ai trong chúng ta là không lưu luyến những ngày tháng êm đềm của một cuộc tình... chưa ghé bến.

Tuy nhiên, chính sự êm đềm, đẹp đẽ của những quan hệ tình cảm đầy đam mê, say đắm đó là những lớp sương mù bao phủ nhiều khi khiến cho bạn "nhắm mắt đưa chân" vào một cuộc hôn nhân mà lẽ ra không nên có. Điều này sẽ làm khổ cho cả hai người về sau, và ly hôn không bao giờ có thể xem là một giải pháp trọn vẹn bởi vì nó để lại những thương tổn khó lòng xoá bỏ được. Vì thế, hãy tận hưởng những gì tốt đẹp nhất mà tình yêu mang đến cho bạn, nhưng cũng hãy hết sức tỉnh táo và trách nhiệm trong việc tìm hiểu chọn lựa một đối tượng để thật sự đi đến hôn nhân.

Quan hệ hôn nhân

Quan hệ hôn nhân được xem như một điều tất yếu của đời người, và thời xưa kia còn được xem như một bổn phận của mỗi người. Nhất là người con trai trong gia đình. Bởi vì: "Có ba tội bất hiếu, trong đó không con nối dõi là tội lớn nhất."[1]

---

[1] Bất hiếu hữu tam, vô hậu chi đại.

Cách nhìn về hôn nhân ngày xưa khác hơn ngày nay rất nhiều, có những khía cạnh nghiêm khắc hơn nên cũng có thể nói là nhìn nhận hôn nhân một cách quan trọng hơn. Ngày nay, vấn đề hôn nhân có thể nói là vừa phức tạp lại cũng vừa đơn giản hơn xưa. Nói rằng phức tạp, là vì hôn nhân chịu rất nhiều yếu tố tác động, chẳng hạn như vấn đề bình quyền nam nữ, luật hôn nhân, quan điểm mới về quan hệ vợ chồng, quan hệ mới trong kinh tế gia đình... và rất nhiều yếu tố khác nữa. Còn nói rằng đơn giản, là vì vấn đề hôn nhân ngày nay gần như chỉ còn là vấn đề riêng của hai người, những tác động của gia đình hoặc xã hội đều rơi vào hàng thứ yếu, và quan hệ hôn nhân cũng không còn giữ được tính bất di bất dịch như ngày xưa, mà thật không may lại là một thứ quan hệ có thể thường xuyên "xoá đi làm lại".

Chính vì những khác biệt đó, để giữ được một quan hệ tốt trong hôn nhân, ngày nay người ta cần biết nhiều hơn, cũng như phải chủ động làm nhiều điều hơn. Và cũng vì mối đe doạ tan vỡ của một cuộc hôn nhân ngày nay là cao hơn nhiều so với trước đây.

* * *

Một trong những khác biệt lớn có thể dễ dàng nhận ra trong quan niệm của ngày nay là việc xem hôn nhân không còn là vấn đề bắt buộc nữa. Cha mẹ không còn theo như ngày xưa, ép buộc con cái phải lập gia đình ngay cả khi chúng không muốn, mà bản thân mỗi người thì tỷ lệ những người chọn sống độc thân đang ngày càng lên cao. Ở nước ta, con số này đã bắt đầu đáng gây chú ý, còn ở những nước công nghiệp, nó đã lên cao đến mức kỷ lục so với trước đây. Ngoài ra, số người lập gia đình trễ - trên ba mươi, hoặc thậm chí chờ đến bốn mươi - cũng gia tăng đáng kể. Đây cũng là những đặc điểm cần chú ý khi phân tích về quan hệ hôn nhân trong thời hiện đại.

Vì sao người ta chọn sống độc thân hoặc lập gia đình trễ? Có những lý do khác nhau cho hiện tượng này. Một số người muốn dành thời gian để hưởng thụ những tiện nghi mà đời sống hiện đại mang đến, không muốn bị trói buộc vào một cuộc sống hôn nhân đầy trách nhiệm. Những người này có thể sống buông thả, theo cách mà họ cho là thoải mái nhất. Cũng chính những người có quan điểm thiếu lành mạnh này là những người thường hay vướng vào những quan hệ lăng nhăng không chính thức, thường chỉ để đùa vui qua đường mà không thật sự nghĩ đến việc xây dựng lâu dài.

Nhưng một số khác có những lý do chính đáng hơn. Chẳng hạn họ muốn xây dựng, củng cố sự nghiệp, năng lực hay kiến thức thật vững chãi trước khi lập gia đình. Cũng có người không cố ý lập gia đình muộn, nhưng niềm đam mê trong công việc hoặc một sự nghiệp mà họ đang theo đuổi đã làm cho họ không nghĩ đến việc lập gia đình, cho đến một thời gian thích hợp nào đó.

Nói chung, lập gia đình quá sớm cũng là một điều không tốt. Cả hai bên đều còn non trẻ, thiếu kinh nghiệm cũng như sự hiểu biết để có thể đương đầu với những khó khăn không lường trước trong cuộc sống gia đình.

Nhưng lập gia đình quá trễ sẽ rơi vào cảnh "cha già con muộn", và sự rủi ro không nuôi dưỡng con cái thành tài cũng là điều đáng lo ngại.

Vì thế, nếu bạn quyết định lập gia đình, nên cân nhắc các yếu tố vào những lúc thích hợp để đi đến quyết định vào một thời điểm vừa phải. Thế nào là vừa phải? Có thể nói đó là khi bạn đã nắm vững những yêu cầu của đời sống gia đình và có đủ sự vững chãi cần thiết cả về mặt tinh thần cũng như vật chất để tự lập trong cuộc sống. Thực tế cho thấy những cuộc hôn nhân vào thời điểm khi mà hai người đều đã có sự cân nhắc và chuẩn bị chín chắn ít có nguy cơ tan rã hơn những cuộc hôn nhân vội vã bốc đồng của tuổi mới lớn.

Đối với những người chọn cuộc sống độc thân, đôi khi có thể là vì theo đuổi một đời sống tinh thần đặc biệt mà trong đó họ không xem việc lập gia đình là cần thiết. Nhưng cũng có đôi khi đó chỉ là dấu hiệu của sự thiếu quân bình trong các yếu tố tâm sinh lý, hoặc đơn giản hơn là một sự chọn lựa, đòi hỏi vượt quá thực tế như tôi đã có lần đề cập đến trước đây. Dù là gì đi nữa thì đây cũng không phải là đối tượng trao đổi của chúng ta trong tập sách này.

Theo nghiên cứu của các nhà tâm lý học gần đây, việc lập gia đình không chỉ đơn thuần là đáp ứng các nhu cầu về tính dục và duy trì nòi giống. Sự kết hợp tình cảm nam nữ còn tạo ra những điều kiện tâm sinh lý cần thiết để con người tiếp tục phát triển bình thường. Một cuộc sống gia đình hạnh phúc thật sự giúp người ta dễ dàng phát triển thêm năng lực sáng tạo cũng như nhiều khả năng khác trong cuộc sống. Ngoài ra, tình cảm lứa đôi còn là chỗ dựa rất cần thiết cho mỗi người khi có những biến cố bất ngờ trong cuộc sống. Tuy nhiên, như đã nói, phải là một gia đình thật sự hạnh phúc, nghĩa là phải giữ được một mối quan hệ hôn nhân tốt đẹp.

* * *

Quan hệ hôn nhân là một quan hệ phức tạp. Đối với hôn nhân trong thời đại này, mối quan hệ đó không thể được xây dựng tốt dựa hoàn toàn theo bản năng như trước đây, mà cần phải có những hiểu biết nhất định. Trước hết, bạn cần phải nhận thức đúng được tầm quan trọng của người bạn đời chung sống với mình, sau đó phải biết được người ấy cần những gì nơi bạn, và cuối cùng là bạn có thể đòi hỏi những gì có thể xem là hợp lý từ nơi người ấy. Khi bạn nhận thức đúng được những vấn đề này, bạn sẽ tự biết cách làm thế nào để xây dựng hoặc giữ gìn một gia đình hạnh phúc.

Trong một cuộc nghiên cứu được thực hiện với 800 phụ nữ tiêu biểu tại Hoa Kỳ, người ta đã thử đi tìm xem phụ nữ nghĩ thế nào về việc xây dựng một gia đình hạnh phúc.

Nhiều yếu tố quan trọng khác nhau đã được các nhà tâm lý học trong cuộc nghiên cứu này nêu ra. Sau khi nhận được những kết quả sau đây, họ đã tỏ ra khá ngạc nhiên vì có vẻ như không thật sự giống với những gì mà họ dự đoán.

84% cho rằng các mối quan hệ cá nhân giữ vai trò hàng đầu. Điều này có nghĩa là, người có khả năng xây dựng một gia đình hạnh phúc phải là người có khả năng duy trì tốt các quan hệ bè bạn, quan hệ trong gia đình, quan hệ với con cái và thậm chí cả quan hệ với các đồng nghiệp trong công việc nữa.

81% cho rằng yếu tố quan trọng nhất là có một gia đình trọn vẹn, nghĩa là có đủ con cái theo ý muốn - một trai một gái chẳng hạn - và vợ chồng cùng tham gia nuôi dạy con cái.

36,5% cho rằng yếu tố quan trọng nhất là phải thành công về tài chánh.

10,5% cho rằng yếu tố quan trọng nhất là đạt được quyền lực trong xã hội

Những con số này nói lên suy nghĩ của người phụ nữ trong xã hội phương Tây có vẻ gì đó như đang đến gần những suy nghĩ của người phụ nữ Á Đông chúng ta. Bạn có thể thấy hai yếu tố "quyền lực" và "tài chánh" đã bị đẩy xuống cuối bảng với rất ít người tán thành. Trong khi yếu tố "biết ăn biết ở" được đưa lên hàng đầu. Đứng ở hàng tiếp theo, không thua kém bao nhiêu, là một ước mơ đơn giản về "gian nhà tranh hai quả tim vàng", nghĩa là một gia đình theo đúng nghĩa mà không nhất thiết phải giàu sang dư giả mới gọi là hạnh phúc.

Nhưng đó cũng chỉ là "chuyện người khác", nói nghe chơi cho vui và có thể dùng để "tham khảo" vậy thôi. Còn nếu bạn thực sự muốn xây dựng một gia đình hạnh phúc thì không cần phải điều tra quá nhiều người như thế mà chỉ cần điều tra kỹ một mình ... bà xã hoặc ông xã ở nhà thôi!

Vai trò của người vợ và người chồng trong quan hệ hôn nhân ngày nay được xem như là ngang nhau - ít nhất cũng là trên lý thuyết. Tuy nhiên, vấn đề không phải là ở chỗ "ngang nhau" hoặc "hơn nhau", mà là ở chỗ mỗi người đều phải nhận thức đúng được tầm quan trọng của người bạn đời cùng chung sống với mình. Phần lớn các cuộc hôn nhân tan vỡ đều có sự đóng góp của yếu tố thiếu tôn trọng lẫn nhau, mà điều đó tất nhiên là xuất phát từ việc mỗi người đã không nhận thức được tầm quan trọng của người kia.

Khi không thấy được tầm quan trọng của người bạn đời, người ta lại rất thường hay có khuynh hướng thấy rõ hơn, và thường là quá đáng, tầm quan trọng của ... chính mình. Nếu bạn có lúc nào đó rơi vào một trong các ý tưởng tương tự thuộc loại này, tôi khuyên bạn hãy bắt đầu nghĩ lại ngay trước khi mọi việc đã là quá trễ.

Khi người chồng là trụ cột tài chánh của gia đình, anh ta thường lấy đó làm "lý do chính đáng" để tự xem mình là "trung tâm vũ trụ". Nhưng anh ta không biết rằng, ngay cả trong trường hợp đó, người vợ cũng không nghĩ như anh, mà vẫn thường tự cho rằng công việc chăm sóc con cái, nhà cửa là ... quan trọng hơn nhiều!

Vấn đề trở nên phức tạp hơn khi cả hai vợ chồng đều có thu nhập. Nhưng nói chung trong bất cứ trường hợp nào thì chuyện tranh cãi "ai quan trọng hơn ai" mãi mãi là một vấn đề không có đáp án nếu mỗi người đều khăng khăng nhìn theo cách của mình. Vấn đề thật tế nhị ở đây là, những ý nghĩ so sánh ấy mỗi người đều thường giữ lại âm ỉ trong tâm tưởng mình chứ không hề nói ra, nhưng nó lại chính là động lực thúc đẩy làm bùng nổ những cơn nóng giận, cáu gắt hoặc cãi vã... về những chuyện khác! Vì thế, vấn đề thường là cứ ngấm ngầm tồn tại cho đến lúc ... không còn tồn tại được nữa, nghĩa là đường ai nấy đi.

Bạn có thể phát hiện và tự mình "điều trị" căn bệnh này một cách hữu hiệu. Nguyên tắc được áp dụng ở đây rất đơn giản và rất ... xưa. Đó là nguyên tắc "tiên trách kỷ, hậu trách bỉ"- Trước tiên hãy tự trách mình trước khi đổ lỗi cho người khác. Chỉ cần bạn chịu lùi một bước, bạn sẽ tiến đến được hai, ba bước, và thậm chí là sau đó có thể đều bước tiến lên cho đến suốt cuộc đời.

Thật ra, ông bà xưa đã từng nói "của chồng công vợ" để chỉ đến sự đóng góp quan trọng như nhau của cả hai vợ chồng. Đôi khi tôi cũng lấy làm ngạc nhiên về những ý tưởng đúng đắn vượt thời đại của người xưa, ngay cả khi mà chủ nghĩa nam nữ bình quyền vẫn còn là một điều gì đó chưa từng được đề cập đến trên xứ sở này.

Nếu bạn chịu suy nghĩ một cách khách quan, bạn sẽ thấy điều này là hoàn toàn chính xác. Mỗi người đều có những đóng góp vào việc xây dựng gia đình mà người kia không sao thay thế được. Bạn có làm được tất cả những gì mà vợ bạn đã làm và vẫn âm thầm tiếp tục làm hàng ngày hay chăng? Ngay cả khi bạn nói rằng được với tất cả những công việc nhà đầy rối rắm vụn vặt, thì bạn vẫn phải trăm ngàn lần biết ơn cô ấy về việc đã sinh ra những đứa con kháu khỉnh làm trung tâm điểm cho cả gia đình. Ngược lại, người vợ cũng không thể không đánh giá cao hoặc cảm thông với những khó khăn vất vả, lo toan của người chồng trong vai trò trụ cột của gia đình. Anh ấy phải đương đầu với hầu hết mọi chuyện ngoài xã hội, để có thể xứng đáng là một "đấng nam nhi" và đảm bảo cho vợ con một đời sống tốt đẹp nhất như có thể.

Hơn thế nữa, tiền đồ của con cái bao giờ cũng là một nỗi lo toan không thôi trong lòng bạn, và vì thế bạn nên cảm thông một điều là người bạn đời của mình cũng đang mang nặng trong lòng một mối lo toan như thế. Bởi vì cha mẹ nào lại chẳng thương con? Và tôi chắc là bạn cũng không ngây thơ đến nỗi đặt ra câu hỏi "ai thương con nhiều hơn?".

Một khi bạn đã nhận thức đúng được vấn đề, đừng lo là người vợ hay chồng của bạn không nghĩ được như thế. Đây là một vấn đề có tính cách tác động lẫn nhau. Khi bạn đã nhỏ nhẹ lùi bước và bày tỏ sự tôn trọng của mình một cách chân thành, tôi tin chắc là bạn sẽ nhận được sự "hồi đáp" một cách tương xứng, thậm chí thường là tốt đẹp hơn cả sự mong đợi của bạn.

Tuy nhiên, việc nhận thức đúng đắn và tôn trọng lẫn nhau chỉ mới là nền tảng ban đầu cho một cuộc hôn nhân hạnh phúc. Để duy trì hạnh phúc gia đình, bạn cần đến những chất liệu nhất định để nuôi dưỡng nó. Hay nói cách khác, bạn cần biết được người bạn đời của mình đang mong đợi những gì ở nơi mình.

Nếu phải trả lời ngay câu hỏi này, nhiều người thường sẽ đưa ra câu trả lời rằng đó là sự quan tâm đúng mực, tinh thần trách nhiệm với gia đình, con cái, và nếu có thể được, là một sự cung ứng dồi dào về tài chánh. Vâng, đó là những điều hầu như ai cũng có thể thấy được như là những điều kiện cần thiết cho một gia đình hạnh phúc.

Tuy nhiên, đó chỉ là những điều cần mà chưa đủ. Nhiều cuộc hôn nhân vẫn hội đủ các điều kiện này mà vẫn đi đến tan vỡ như thường. Vậy, còn thiếu những yếu tố nào khác? Hay nói khác đi, trong hôn nhân người ta còn mong đợi những gì ngoài những việc đã nói trên?

Có thể bạn sẽ lấy làm ngạc nhiên phần nào về những điều sắp được trình bày sau đây, vì bạn sẽ cho rằng nó nhỏ nhặt biết bao! Nhưng xin đừng vội chủ quan. Ngôi nhà to lớn có thể sụp đổ chỉ vì những con mọt rất nhỏ. Và một công trình vĩ đại đến đâu cũng được xây lên từ những viên gạch không lấy gì làm lớn.

Một trong những nguyên nhân dẫn đến sự tan vỡ của một cuộc hôn nhân mà hầu hết các tâm lý gia đều thừa nhận là sự phai nhạt đi của tình yêu ban đầu sau một thời kỳ chung sống. Những gì nóng bỏng nhất, đam mê nhất trong thời kỳ ban đầu dần dần nguội lạnh đi như một tiến trình tự nhiên tất yếu.

Có câu chuyện vui về một cặp vợ chồng trẻ. Khi còn yêu nhau, Chủ nhật nào chàng cũng đưa nàng đi lễ nhà thờ bằng một chiếc xe đạp. Đường đi đến nhà thờ phải qua một quãng dốc khá cao. Mỗi khi xe lên dốc, nàng thì thầm vào tai chàng: "Có mệt lắm không anh?" Chàng cố giấu đi hơi thở mệt nhọc, vui vẻ đáp lại: "Không, không sao đâu em."

Khi hai người đã cưới nhau một thời gian sau - không biết là bao lâu - vẫn quãng đường dốc ấy, vẫn chiếc xe đạp ấy, nàng thì thầm vào tai chàng: "Có mệt lắm không anh?" Chàng thở ra phì phò, bực bội gắt lên: "Đường dốc thế này, người chứ có phải trâu hay sao mà không mệt!"

Chuyện đùa thôi, nhưng về mặt tâm lý thì đúng là như thế. Nếu bạn vẫn còn nuôi ảo tưởng về một tình yêu bất diệt trường tồn qua năm tháng, có lẽ bạn cần sớm xem xét lại vấn đề.

Thật ra, nói như thế cũng là chưa chính xác lắm và có phần khá bi quan. Nói đúng hơn là để có được một "tình yêu bất diệt", bạn cần phải biết cách vun đắp, nuôi dưỡng nó. Bằng không, sự lạnh nhạt chỉ là một điều tất nhiên sớm muộn rồi cũng sẽ đến mà thôi.

Sau đây là một số lời khuyên thiết thực mà bạn có thể áp

dụng trong cuộc sống gia đình của chính mình. Những điều này có giá trị nuôi dưỡng hạnh phúc gia đình bởi vì chúng chính là những điều mà một người vợ hoặc người chồng mong đợi nơi người bạn đời cùng chung sống của mình.

Giữ mối liên hệ vào những lúc vợ chồng phải xa nhau, dù chỉ là trong một thời gian rất ngắn. Một cú điện thoại từ nơi làm việc gọi về nhà để nói vài lời thân mật, âu yếm, hoặc khi bạn phải đi công tác xa trong ngày, có giá trị nhắc nhở và duy trì tình cảm hơn xa so với số tiền cước điện thoại mà bạn phải trả. Nếu bạn giữ được thói quen này đều đặn, người vợ hay người chồng của bạn cũng sẽ hình thành thói quen mong đợi bạn gọi về. Tâm trạng mong ngóng này khiến cho hai người luôn có cảm giác là đang ở bên nhau.

Hãy quan tâm đến những điều mà vợ hay chồng của bạn mong muốn, và tạo điều kiện để thực hiện chúng, ngay cả những điều đơn giản nhất hoặc là những điều người ấy mong muốn cho bạn. Chẳng hạn, nếu cô ấy muốn may cho bạn một bộ đồ mới, đừng phản đối với lý do là chưa cần thiết. Dù là may đồ cho bạn nhưng đó là mong muốn của cô ấy, và bạn tốt hơn là nên tôn trọng.

Cùng nhau bàn thảo về những vấn đề tương lai. Rất có thể người vợ hay người chồng của bạn chẳng hiểu gì cả về công việc của bạn, nhưng đừng vì thế mà bỏ qua việc này. Khi được trao đổi ý kiến cùng nhau, thậm chí chỉ là lắng nghe nhau, người ta sẽ cảm nhận được sự tôn trọng lẫn nhau và càng thấy gắn bó nhau hơn.

Nên sắp xếp thời gian nghỉ ngơi và giải trí cùng nhau. Dù sao thì bạn cũng cần có thời gian nghỉ ngơi tối thiểu trong ngày. Hãy tranh thủ thời gian ấy để ở bên nhau. Sở thích của hai người có thể là khác nhau, nhưng sự chân thành có thể dẫn đến hoà hợp và tôn trọng lẫn nhau. Bạn cũng có thể chọn những hình thức giải trí nào mà cả hai người cùng ưa thích. Tốt nhất là chơi đùa cùng con cái.

Đừng quên bày tỏ sự quan tâm săn sóc nhau bất cứ khi nào có thể. Thậm chí một lời thăm hỏi về công việc trong ngày khi đi làm về, hoặc gắp thức ăn cho nhau trong bữa ăn... Những việc nhỏ nhặt như thế có thể có giá trị rất tích cực trong việc nhắc nhở và duy trì tình cảm đối với nhau.

Nên dành thời gian để thỉnh thoảng cùng đi ra khỏi nhà với nhau. Không cần thiết phải là một bữa ăn sang trọng tốn kém ở nhà hàng mới là dịp để bạn làm điều này. Chỉ cần chừng mười hoặc mười lăm phút đi dạo bên nhau trên con đường trước nhà vào buổi chiều hoặc tối cũng là quá đủ rồi.

Vào những dịp nhất định nào đó trong năm, hoặc đơn giản chỉ là sau một thời gian mà bạn cảm thấy đã khá lâu, nên nghĩ cách để làm cho vợ hoặc chồng mình phải ngạc nhiên về một món quà nào đó. Vấn đề không phải là thật đắt tiền, mà là làm thế nào để gây ra ngạc nhiên nhằm tạo sự phấn khích trong tình cảm qua việc bày tỏ sự quan tâm của bạn. Có thể là một chiếc áo khoác mới treo sẵn trên đầu giường nằm, để vừa sáng ra chợt thấy; hoặc một chai dầu gội mới loại mà bà xã rất thích nhưng không thường dùng - vì hơi đắt tiền - được bí mật đặt trong phòng tắm vào tối hôm trước...

Khi có dịp cùng nhau đến những nơi công cộng, đông người, đừng quên bày tỏ mối liên kết giữa hai người bằng cách nắm tay nhau. Thật đơn giản nhưng cũng thật hiệu quả mà rất nhiều người không nhớ đến.

Bày tỏ tình cảm của bạn mỗi ngày, vào những lúc chia tay nhau để đi làm hoặc khi đi làm về... Một nụ hôn vội lên trán hay một cái vuốt tóc trìu mến có vẻ như rất là nhỏ nhặt, nhưng nó nhắc nhở tình cảm cho nhau và không bao giờ là quá thừa.

Nếu có việc phải đi xa, đừng quên viết thư về. Ngay cả khi bạn có thể gọi điện thoại về nhà được thì một lá thư với lời lẽ thích hợp vẫn có tác dụng khác hơn, bởi nó là một cái gì đó cụ thể hơn, có thể nhìn ngắm để nhớ đến nhau.

Việc góp ý xây dựng nhau trong cuộc sống là điều tất nhiên, nhưng hãy làm điều đó thật khéo léo và nhất là đừng quá thường xuyên. Những bất đồng không đáng kể nên được bỏ qua đi thay vì là làm cho cuộc sống thêm phức tạp.

Cần chú ý tôn trọng những gì là riêng tư của nhau. Nhiều người quan niệm đã là vợ chồng thì có thể chia sẻ với nhau mọi thứ. Điều đó cũng đúng mà cũng không đúng. Nó chỉ đúng khi người ta tự nguyện chia sẻ cùng nhau, và không đúng khi một trong hai người tự ý xâm phạm những gì là riêng tư của người kia. Chẳng hạn, thư của một người bạn nào đó gửi cho vợ mình, đừng tự tiện bóc ra xem khi cô ấy không có nhà. Hoặc những điều nhỏ nhặt đại loại là như thế...

Đừng cho rằng việc nói lên những lời yêu nhau là không cần thiết sau khi đã cưới nhau. Có đấy. Và thậm chí là rất cần thiết nếu như bạn không muốn những tình cảm của mình ngày càng phai nhạt.

Hãy lắng nghe bất cứ khi nào người bạn đời của mình có nhu cầu muốn nói ra điều gì đó. Đôi khi có những chuyện bạn cho là không cần thiết, nhưng vấn đề không phải là câu chuyện mà là người nói ra câu chuyện. Lắng nghe là một cách để biểu lộ sự tôn trọng và sẵn sàng chia sẻ cùng nhau.

Đừng bao giờ tự mình quyết định điều gì, dù là nhỏ nhặt. Đôi khi, vấn đề không phải là hỏi ý kiến lẫn nhau mà chỉ cần là thông báo cho nhau biết. Bởi vì chỉ cần được nghe biết về sự việc trước khi xảy ra cũng đủ để người ta không có cảm giác mình là một người ngoài cuộc.

Cần chia sẻ với nhau cả trách nhiệm lẫn quyền hạn trong gia đình. Theo tự nhiên thì người vợ bao giờ cũng có khuynh hướng tôn trọng và chấp nhận thua kém người chồng. Nhưng điều đó thường không là giải pháp lâu dài. Một người chồng khôn ngoan sẽ chia sẻ quyền hạn - kèm theo là trách nhiệm - trước khi có những dấu hiệu phản kháng từ người vợ. Bạn có thể bày tỏ sự chia sẻ quyền hạn bằng những cách rất đơn giản hàng ngày, chẳng hạn như nhường cho vợ chọn ngày giờ hoặc địa điểm đi chơi, chấp nhận mở chương trình ti-vi mà vợ ưa thích, hoặc ngừng xem bóng đá để lắng nghe vợ nói một câu chuyện nào đó...

Không có vấn đề hơn hoặc thua trong quan hệ vợ chồng. Nếu bạn nghĩ rằng bạn đã thắng khi nhận được một lời xin lỗi hoặc thái độ thua thiệt của vợ hoặc chồng mình, bạn đã lầm. Vấn đề là sự hài hoà trong quan hệ, vì đó mới chính là nền tảng của hạnh phúc gia đình. Suy cho cùng thì bạn thấy điều nào quan trọng hơn: một không khí đầm ấm, hoà thuận, hay một cảm giác thoả mãn lòng tự ái nhưng sẽ mất tất cả. Nhưng vấn đề quả đúng là như vậy.

Chia sẻ với nhau không chỉ những niềm vui, sự thành công, mà ngay cả những thất bại, âu lo hay muộn phiền trong cuộc sống. Nên biết rằng, khi không được chia sẻ những nỗi buồn của người chồng hoặc người vợ, người ta sẽ phát sinh mặc cảm là có một sự ngăn cách nhất định nào đó.

Chấp nhận những khác biệt, bất đồng nhất định nào đó giữa hai người, chỉ trừ khi đó là mối đe doạ cho sinh hoạt chung của cả gia đình, chẳng hạn như sự nghiện ngập hay những đam mê tai hại... Nếu bạn biết chấp nhận, bạn sẽ dễ hài lòng hơn với cuộc sống chung. Nhưng dù bạn có không muốn chấp nhận thì thật ra bạn cũng rất khó lòng thay đổi, nếu không muốn nói là không thể được.

Mỗi người phải luôn có ý thức phục thiện, sửa đổi lỗi lầm. Nói chung, hầu hết các lỗi lầm khi mắc phải lần đầu tiên đều có thể được tha thứ, nhưng chúng sẽ bắt đầu gây ra sự khó chịu kể từ lần tái phạm thứ hai, thứ ba... Bởi vì chúng tạo ra cho người khác cảm giác là không có sự thay đổi tích cực.

Những điều nêu trên có thể là nhỏ nhặt khi bạn mới nhìn qua, nhưng hiệu quả của chúng quả thật không nhỏ nhặt chút nào. Và thực tế là chúng cũng không quá dễ thực hiện như bạn tưởng, mà luôn cần đến một thiện chí xây dựng với quyết tâm cao để theo đuổi một cách kiên trì. Tuy nhiên, kết quả chắc chắn sẽ hoàn toàn xứng đáng với những nỗ lực của bạn.

Tuy nhiên, quan hệ hôn nhân là một quan hệ hai chiều, vì thế mỗi bên đều phải có những đóng góp tích cực nhất định vào việc xây dựng và bảo vệ hạnh phúc gia đình. Cho dù bạn có tích cực và theo đuổi các biện pháp đúng đắn đến đâu đi chăng nữa, nhưng với một người vợ hoặc người chồng vô trách nhiệm thì vấn đề cũng sẽ chẳng cải thiện được gì. Tôi hy vọng đó không phải là trường hợp của bạn.

Vấn đề muốn nói ở đây là, bạn cần trao đổi một cách chân thành để khuyến khích vợ hoặc chồng mình cùng tham gia. Thường thì người chồng nên đóng vai trò tích cực, chủ động thực hiện các giải pháp bảo vệ tình cảm chung, và người vợ cần biết cảm thông và chấp nhận thiện chí của chồng. Tuy nhiên, không phải lúc nào cũng vậy, đôi khi người vợ cũng có thể có những thái độ tích cực giúp xoay chuyển một chiều hướng tình cảm đang xấu đi.

Như vậy, nếu như về phần mình bạn đã có những nỗ lực tích cực nhất để vun đắp hạnh phúc gia đình, thì bạn có thể chờ đợi, đòi hỏi những gì là hợp lý ở một người bạn đời?

* * *

Một cách tối thiểu, bạn có thể đòi hỏi nơi vợ hoặc chồng mình một thiện chí xây dựng. Tất cả những nỗ lực của bạn sẽ là hoàn toàn vô ích khi đối phương là một người thiếu thiện chí xây dựng trong hôn nhân, và điều này thì có rất nhiều nguyên nhân mà chúng ta không thể đề cập hết ở nơi đây.

Ngoài ra, một yếu tố khác cũng không kém phần quan trọng là sự hiểu biết, cảm thông và chấp nhận vấn đề. Nhiều quan hệ căng thẳng xuất phát từ sự thiếu hiểu biết, và một khi bạn chưa giải quyết được sự thiếu hiểu biết này thì mọi nỗ lực nhằm cải thiện tình hình đều vô ích. Để có được sự hiểu biết lẫn nhau, mỗi người đều phải chịu lắng nghe và cảm thông người khác. Đây cũng là một trong những yếu tố mà bạn có thể đòi hỏi nơi vợ hoặc chồng mình để giúp cho quan hệ hôn nhân được bền vững. Tuy nhiên, một phần nào đó bạn cũng có thể có những ảnh hưởng chủ động nhất định, chẳng hạn như cách trình bày vấn đề hoặc sự bày tỏ thiện chí một cách chân thành.

Tình huống lý tưởng nhất là khi cả hai vợ chồng đều có những hiểu biết thích đáng và sự tích cực trong việc xây dựng cũng như bảo vệ hạnh phúc trong hôn nhân. Thật ra, khi mới kết hôn thì hầu hết các gia đình đều ở trong tình huống này. Điều tệ hại nhất là người ta thường nghĩ đến vấn đề một cách muộn màng khi mà một trong hai người đã không còn giữ được ngọn lửa nhiệt tình nóng bỏng như xưa.

* * *

Ngoài những gì đã đề cập đến như trên, quan hệ hôn nhân đôi khi cũng có thể xấu đi do một số những quan điểm sai lầm xuất phát từ sự thiếu hiểu biết hoặc kinh nghiệm sống.

Một số người xem vợ hoặc chồng mình là một người bạn tốt – và do đó họ thường đòi hỏi nơi vợ hoặc chồng mình những điều giống như ở một người bạn tốt. Đây là một sai lầm. Điều đó cũng có thể xảy ra nhưng không phải bao giờ cũng vậy. Quan hệ bạn bè hoàn toàn khác với quan hệ hôn nhân. Tốt nhất là bạn nên tìm một người bạn tốt thật sự để chia sẻ hoặc hỗ trợ cho bạn những gì bạn cần, còn người chồng hoặc người vợ cần giữ đúng vai trò của họ mà thôi.

Một số người cho rằng hôn nhân có thể giúp thực hiện được những ước mơ của đời mình. Điều này không đúng. Một cuộc hôn nhân tốt đẹp có thể đóng vai trò thúc đẩy tốt, nhưng đó không phải là động lực cần và đủ. Bạn vẫn phải có những nỗ lực thích đáng của riêng mình, vì hôn nhân không phải là cây đũa thần vạn năng như nhiều người lầm tưởng khi đang yêu.

Một số người cho rằng vợ chồng nên có những công việc giống nhau để đảm bảo quan hệ ngày càng gắn bó hơn. Điều này không đúng, hay nói chính xác hơn là không cần thiết. Sự gắn bó của hôn nhân phụ thuộc vào cách thức mà hai vợ chồng sinh hoạt khi ở bên nhau, còn đối với công việc làm hoặc thậm chí sở thích riêng không cần thiết phải giống nhau. Cách nghĩ sai lầm này dẫn đến những cố gắng gò bó tai hại, chẳng hạn người vợ cố theo chồng đi xem bóng đá, hoặc người chồng cố gắng ngồi trước máy thu hình với vợ để nghe dạy nấu ăn... Những điều này trong thực tế không thể kéo dài được và cũng không mang lại kết quả gì tốt đẹp.

Một số người cho rằng người chồng nên làm tốt những công việc "đàn ông", trong khi người vợ thì đảm đương chuyện "đàn bà". Sự phân vạch này là không cần thiết. Ngược lại, đôi khi vợ chồng cùng nấu ăn hay rửa chén bát có thể là những giây phút rất tuyệt vời.

Một số người cho rằng những cuộc hôn nhân không tốt đẹp sẽ được cứu vãn khi có con. Điều này không đúng. Khi đã có được quan hệ hôn nhân tốt đẹp, con cái sẽ là một mối liên kết chặt chẽ giữa hai người. Nhưng nếu đã "cơm chẳng lành, canh chẳng ngọt", con cái sẽ càng là một gánh nặng, vì thế còn dễ làm cho cả hai sớm đi đến chỗ chia cách hơn.

Một số người cho rằng duy trì một cuộc hôn nhân không hạnh phúc vẫn tốt hơn là đi đến tan vỡ. Con cái đôi khi cũng là động lực để hai người "cắn răng chịu đựng" sống chung cùng nhau. Điều này không đúng. Cứu vãn sự tan vỡ của hôn nhân là điều cần thiết phải làm. Nhưng một khi mọi cố gắng đã vô hiệu và bạn có thể nhìn ra được những nguyên nhân không thể khắc phục nằm ở chỗ nào, thà rằng chia tay còn tốt hơn. Ngay cả với tâm lý con cái, dù việc sống với cha hoặc mẹ sau khi hôn nhân tan rã là điều rất đáng buồn, nhưng vẫn còn dễ chịu và ít căng thẳng tâm lý hơn là sống trong một gia đình thường xuyên có chiến tranh.

Một số người cho rằng những chuyện giận hờn thường làm cho cuộc sống hôn nhân trở nên ý vị, nhiều màu sắc hơn. Thật ra, nhiều màu sắc hơn là điều tất nhiên, nhưng tốt đẹp hơn không thì cần phải xem lại. Nói chung, sự giận dỗi thường xuyên tạo ra một cảm giác quen thuộc đến mức chán nản. Dù người kiên nhẫn đến đâu cũng không thể mãi mãi nghĩ đến chuyện dỗ dành. Xét cho cùng, quan hệ hôn nhân là một quan hệ đầy trách nhiệm, không giống với chuyện tình cảm trước khi cưới được.

Một số người cho rằng chuyện tình dục là không quan trọng, chỉ cần có tình cảm tốt đẹp với nhau là đủ. Điều này không đúng. Một trong những điều làm cho quan hệ hôn nhân khác hẳn với quan hệ bè bạn chính là hoạt động tình dục. Dù sao cũng phải thừa nhận đây là một nhu cầu trong đời sống vợ chồng. Vì thế, nếu một trong hai người, hoặc cả hai, không còn thấy ham muốn về mặt tình dục là cuộc hôn nhân ấy đã bắt đầu có vấn đề. Quan hệ tình dục ở mức độ thích hợp và có sự quan tâm lẫn nhau là dấu hiệu tốt của một cuộc hôn nhân hạnh phúc. Vì thế, việc từ chối hoặc thụ động khi có bất đồng về một chuyện khác là một thái độ thiếu khôn ngoan rất thường gặp.

Một số người cho rằng đã kết hôn với nhau rồi thì không còn cần thiết phải ghen tuông như khi chưa cưới. Họ cho rằng điều đó có hại cho cuộc sống chung, vì nó tỏ ra thiếu sự tin cậy lẫn nhau. Vấn đề là ở chỗ, tuy họ nghĩ như thế nhưng thường không làm được như thế. Ghen tuông là một bản năng hoàn toàn tự nhiên của con người mà lắm khi chúng ta không nhận ra được sự hiện hữu của nó. Trừ khi ở mức độ thái quá, bằng không thì đó cũng là một trong các yếu tố tất yếu để gìn giữ hạnh phúc cho cả hai người. Chẳng hạn, người chồng không thể viện cớ "hoàn toàn trong sạch" để duy trì quan hệ với nhiều bạn gái như khi chưa kết hôn. Nếu anh ta không tỉnh táo trong việc này, sự "trong sạch" của anh ta sẽ có nguy cơ hoen ố vào một lúc nào đó mà chính anh ta cũng không lường trước được.

Một số người cho rằng tiền bạc là yếu tố quan trọng nhất trong đời sống gia đình, vì thế cho dù có những vấn đề bất ổn nào đó, chỉ cần cố gắng kiếm được thật nhiều tiền là sẽ giải quyết được tất cả, nhờ vào sự thoải mái về vật chất. Điều này không đúng. Một món quà đắt tiền quả là có giá trị mang lại niềm vui khác hơn một món xoàng xĩnh, nhưng đó là trong trường hợp mọi việc đang diễn ra bình thường. Nếu bạn chỉ chú trọng đến của cải vật chất, rồi có ngày bạn sẽ phải hối hận vì không thể dùng chúng để hàn gắn lại những rạn nứt trong tình cảm.

Ngày nay, tỷ lệ ly hôn đã lên đến mức đáng báo động. Nếu như trước kia đó là một điều có vẻ như chỉ được thấy trong các xã hội phương Tây, thì ngày nay kể cả các xã hội Á Đông cũng đã đối mặt với vấn đề. Ly hôn không chỉ là chuyện không may cho hai người, mà còn tạo ra nhiều hệ quả xấu khác. Những đứa trẻ lớn lên không cha hoặc không mẹ thường hiếm khi có được sự phát triển tâm sinh lý bình thường để trở thành những người hữu dụng cho xã hội. Phần lớn chúng phải chịu đựng khó khăn về vật chất hơn các trẻ em khác, và cả một gánh nặng tâm lý khiến cho chúng trở nên khác thường theo hướng tiêu cực. Trong một chừng mực nào đó, khi số người ly hôn là quá nhiều và con cái của họ chiếm một tỷ lệ đáng kể, xã hội không có mấy biện pháp hữu hiệu để giúp đỡ hoặc ngăn ngừa các hậu quả xấu.

Vấn đề có thể cải thiện đáng kể nếu mỗi người đều ý thức được trách nhiệm của mình trong hôn nhân. Chính tinh thần trách nhiệm cao sẽ giúp khắc phục và vượt qua những khó khăn tất yếu của đời sống vợ chồng. Bên cạnh đó, sự hiểu biết đúng đắn và nỗ lực tích cực của cả hai người trong việc vun đắp hạnh phúc gia đình sẽ giúp giảm thiểu tối đa nguy cơ dẫn đến sự tan vỡ. Xét cho cùng, phần thưởng mà bạn nhận được trong một cuộc hôn nhân hạnh phúc sẽ vô cùng xứng đáng so với những nỗ lực đã bỏ ra, và tương lai con cái bạn cũng hoàn toàn phụ thuộc vào những nỗ lực đúng đắn như thế.

CHƯƠNG V
SỐNG ĐẸP GIỮA CUỘC ĐỜI

Quan hệ với bạn bè

Bước ra khỏi gia đình, quanh ta đều là bạn bè. Bạn đồng nghiệp, bạn chơi thể thao, bạn cùng sở thích, bạn học cũ, bạn trong quan hệ làm ăn, nhờ cậy phụ thuộc lẫn nhau... và hàng loạt những quan hệ bạn bè khác nữa không sao kể hết. Thậm chí, đi cùng chuyến xe cũng có thể trở thành bạn bè nếu xét thấy có điểm nào đó hợp nhau qua dăm ba câu trao đổi...

Vì thế, nói đến một nếp sống đẹp không thể không xem xét đến quan hệ bạn bè. Tất nhiên, nói cho cùng thì trong mỗi một quan hệ bạn bè khác nhau đều có những điểm dị biệt khác nhau, nhưng dù sao vẫn có một số điểm chung mà ta có thể vận dụng vào trong từng quan hệ khác biệt.

Những mối quan hệ bạn bè tốt đẹp sẽ đóng một vai trò quan trọng và tích cực trong mọi quan hệ xã hội. Những người bạn tốt có thể là chỗ dựa tinh thần lẫn vật chất cho chúng ta những lúc sa sút trong cuộc sống. Một tình bạn thật sự luôn xuất phát từ những tương đồng nhất định nào đó, vì thế mà những người bạn tốt luôn biết cách chia sẻ và nâng đỡ lẫn nhau trong những tình huống xấu.

Nhìn từ một góc độ khác, bạn bè cũng là nguồn kiến thức phong phú, đa dạng để chúng ta học tập. Tục ngữ có câu: "Học thầy không tày học bạn." Điều này càng chính xác hơn nữa trong bối cảnh xã hội ngày nay. Khi chúng ta nhận một công việc mới, chính các bạn đồng nghiệp bao giờ cũng là những người dạy cho ta nhiều điều nhất, kể cả những điều mà có thể chúng ta chưa từng được học qua nơi trường lớp.

Một thực tế là, cho dù gia đình là nơi thân thiết nhất, nhưng phần lớn thời gian trong cuộc sống của đa số chúng ta lại là gần gũi với bạn bè. Trừ khi bạn rất may mắn để có được một công việc làm tại nhà, bằng không thì thời gian làm việc và giao tiếp ngoài xã hội bao giờ cũng vượt xa hơn thời gian mà bạn được gần gũi với gia đình.

Quan hệ với bạn bè là một mối quan hệ bình đẳng theo hai chiều, vì thế bạn chỉ có thể có được những người bạn tốt, hay nói đúng hơn là những tình bạn tốt đẹp, khi bạn biết cách xây dựng cũng như gìn giữ những mối quan hệ ấy.

1. Chọn bạn mà chơi

Cho dù các quan hệ xã hội ngày nay có mở rộng đến đâu, phức tạp đến đâu, bạn cũng không thể phủ nhận được nguyên tắc có vẻ như đã cũ mèm này. Người ta nói rằng, chỉ cần biết được những người mà bạn giao du là có thể hiểu được con người của bạn. Đó là nói về khuynh hướng lựa chọn của mỗi người nói lên bản chất của con người ấy. Nhưng điều này cũng còn có nghĩa là, bạn khó lòng mà tránh được những ảnh hưởng nhất định, tích cực hoặc tiêu cực của bạn bè chung quanh. Vì thế, cách khôn ngoan nhất vẫn là phải biết "chọn bạn mà chơi".

Tuy nhiên, việc chọn bạn mà chơi ngày nay hoàn toàn không thể hiểu một cách đơn giản như ngày trước. Có những người bạn mà dù muốn dù không chúng ta cũng không thể tránh né quan hệ với họ. Hơn thế nữa, nếu chúng ta không thật tế nhị trong cung cách ứng xử, không khéo rồi sẽ chẳng còn mấy ai đến gần để cho ta chọn lựa đâu! Trong mối quan hệ hai chiều này, nếu bạn công khai đưa ra những tiêu chuẩn này nọ để chọn lựa người khác, e rằng bạn sẽ là người đầu tiên được xem là không đủ tiêu chuẩn để kết giao cùng bè bạn.

Trong xã hội ngày nay, cũng khó mà đưa ra những nhận xét phân loại cụ thể về những người bạn tốt hoặc xấu để chọn lựa. Có thể tạm hiểu một cách giản đơn, những người bạn tốt là những người mà ta cảm thấy thích hợp trong quan hệ, có thể chia sẻ, hỗ trợ cho nhau để cùng phát triển tốt mà không có những khác biệt thái quá trong quan điểm cũng như trong cách sống. Hiểu như thế, một người mà ta không thích giao du vẫn có thể là bạn tốt của nhiều người khác. Và chính bản thân chúng ta cũng chưa chắc đã được tất cả mọi người xem là bạn tốt!

Một câu cách ngôn phương Tây nói: "Có trăm người bạn vẫn không thừa, chỉ một kẻ thù là quá đủ." Hiểu theo cách này, chúng ta sẽ thấy việc mở rộng quan hệ giao tiếp là quan trọng như thế nào. Hơn bao giờ hết, cuộc sống của chúng ta ngày nay phụ thuộc rất nhiều vào những người chung quanh trong xã hội, hay nói cách khác là phụ thuộc rất nhiều vào bạn bè. Chúng ta không thể thành công hoặc duy trì được một nếp sống thoải mái nếu không có được một quan hệ ngoại giao rộng rãi và tốt đẹp.

Vấn đề ở đây là, làm thế nào để vừa có thể "chọn bạn mà chơi" và vẫn có được nhiều bạn tốt?

Thật ra, trong những sinh hoạt xã hội ngày nay, những điều kiện kết giao bè bạn đã mở rộng hơn xưa rất nhiều. Điều quan trọng là chúng ta phải biết cách để nhận ra và giữ lấy những người bạn tốt trong quan hệ của mình, đồng thời cũng biết cách để khéo léo từ chối, tránh đi những mối quan hệ mà xét thấy không tốt đẹp về một phương diện nào đó.

Chúng ta có thể bắt đầu bằng cách mở rộng quan điểm giao tế. Hãy sẵn lòng kết giao bạn bè trong nhiều mối quan hệ khác nhau. Trong một chừng mực nào đó, việc có thêm mỗi một người bạn là có thêm một giá trị tinh thần cho chính mình. Vì thế, chúng ta cần phải có một khuynh hướng rộng mở thay vì khép kín. Nói cho cùng, chính chúng ta là người phải đi tìm những người bạn tốt, không phải tự nhiên họ tìm đến với chúng ta đâu.

Một trong những khuynh hướng chọn lọc tự nhiên là sự đồng cảm. Người xưa gọi là "đồng thanh tương ứng, đồng khí tương cầu". Vì thế, hãy sống chân thật, bộc lộ chính mình trong giao tiếp. Rồi chúng ta sẽ thấy là chỉ những người đồng cảm mới tiếp tục giữ mối quan hệ thường xuyên với mình. Chẳng hạn, nếu chúng ta không có khuynh hướng thích bàn chuyện chính trị, đừng cố tỏ ra quan tâm đến đề tài ấy trong một đám đông cốt chỉ để làm cho người khác không thất vọng. Hãy bộc lộ chính mình. Điều đó không có gì sai trái, nhưng nó giúp những người bạn thật sự biết để tìm đến cùng chúng ta.

Sự chân thật và một chút khéo léo, tế nhị cũng giúp chúng ta tránh được những mối quan hệ không thích hợp. Đừng ngại mếch lòng khi từ chối không đi xem bóng đá với một người bạn mà mình không thích. Nhưng cũng đừng từ chối một cách quá thẳng thừng. Bạn có thể đưa ra hàng tá lý do, và tôi tin là có những lý do rất thật, để nhẹ nhàng từ chối. Qua vài lần như thế, bạn sẽ không còn nhận được những lời mời bất đắc dĩ nữa.

"Kính nhi viễn chi" cũng là một trong các phương thức hữu hiệu khi phải giữ mối quan hệ chừng mực với những người mà mình thấy là không thích hợp, chẳng hạn một người bạn nào đó cùng sở làm. Điều đó có nghĩa là "cung kính mà lánh xa". Nhưng lánh xa không có nghĩa là tránh không đến gần (?), mà có nghĩa là tránh kết nối những mối quan hệ thân mật hoặc quá thường xuyên, tạo sự hiểu lầm về một tình bạn thân thiết. Chẳng hạn, bạn không cần thiết phải mời ai đó dự tiệc sinh nhật của mình chỉ vì sợ "mếch lòng", nếu như không thực sự thích giao du với người ấy. Một lần nữa, ở đây cũng là yếu tố chân thật. Tuy nhiên, một lời xin lỗi có tính cách xã giao là cần thiết khi gặp gỡ về sau.

Mặt khác, việc "chọn bạn mà chơi" trong thời đại này cũng nên được hiểu theo hai chiều. Nếu như bạn lăm le có ý "chọn lựa" người khác, thì bản thân bạn cũng là đối tượng "chọn lựa" của "thiên hạ" vậy. Điều đó có nghĩa là, nếu bạn muốn có những người bạn tốt, thì bản thân mình cũng phải là một người thật tốt trước đã.

2. Sự chân thật và cảm thông

Thiết lập được mối quan hệ bạn bè là một chuyện, gìn giữ và phát triển tốt mối quan hệ ấy lại là một chuyện khác hơn.

Mặc dù có rất nhiều yếu tố cần thiết có thể được xem xét trong việc duy trì một mối quan hệ bè bạn tốt đẹp, nhưng về mặt chủ quan có thể thấy nổi bật nhất là sự chân thật và biết cảm thông.

Chân thật có nghĩa là không để cho những yếu tố giả tạo chi phối vào quan hệ bạn bè. Cần phân biệt sự giả dối với những tránh né mang tính xã giao mà ai ai cũng phải có trong giao tiếp. Khi bạn làm ra vẻ hết sức nhiệt tình muốn giúp đỡ ai đó, có thể bạn sẽ được họ cảm kích. Nhưng sự thật cuối cùng cũng sẽ phơi bày, bởi vì thực tế là khi sự việc xảy đến bạn lại chẳng giúp gì cho người ấy cả. Trong trường hợp đó, mối quan hệ sẽ xấu đi còn hơn cả trước kia, khi chưa xảy ra sự việc. Ngược lại, bạn có thể nói là bận việc để từ chối một lời mời dùng cơm tối - trong khi không bận gì cả - thì người mời vẫn có thể cảm thông được mà không xem đó là một sự dối trá. Anh ta sẽ hiểu rằng bạn có những lý do riêng nhất định nào đó mà không tiện nói ra.

Sự chân thật giúp cho mối quan hệ bạn bè được bền vững, vì mỗi người đều cảm thấy mình được tôn trọng và có thể tin cậy lẫn nhau. Ngược lại, sự dối trá được hiểu như là một sự khinh thường và khó tin cậy.

Bạn có thể biểu lộ sự chân thật qua cách ứng xử của mình, qua việc tôn trọng những gì đã nói và qua việc chân thành chấp nhận những sai lầm, khiếm khuyết. Một cung cách ứng xử như thế, thông thường sẽ nhận lại được một cách ứng xử tương tự từ phía bên kia. Nếu không, cần xét lại ở khâu "chọn bạn mà chơi" của bạn.

Sự cảm thông giúp chúng ta vượt qua được những khác biệt không sao tránh khỏi trong quan hệ bạn bè. Trừ khi đó là những khác biệt làm cho hai người trở nên không thể nào hoà hợp với nhau, còn thì hầu hết mọi sự khác biệt đều có thể bằng cách này hay cách khác vượt qua được. Tất nhiên là khi hai bên có sự cảm thông nhau.

Mỗi người trong chúng ta đều thường xuyên mắc phải những lỗi lầm về phương diện này hay phương diện khác. Những người bạn tốt luôn biết cách cảm thông và khuyến khích nhau để cùng hoàn thiện. Sự chỉ trích thiếu xây dựng thường không làm cho vấn đề trở nên tốt hơn mà chỉ khiến cho quan hệ bạn bè dễ đi đến chỗ ngày càng xa cách.

3. Giúp đỡ lẫn nhau

Nếu bạn nghĩ rằng nhận sự giúp đỡ cụ thể của một người bạn là một hành vi lợi dụng, bạn đã sai lầm. Một quan hệ bạn bè chỉ thực sự tốt đẹp đúng nghĩa khi đôi bên có sự giúp đỡ qua lại với nhau. Chẳng những bạn cần biết cách giúp đỡ bạn bè khi khốn khó, hoạn nạn, hoặc đơn giản chỉ là khi được cần đến, nhưng đồng thời cũng cần biết chấp nhận sự giúp đỡ chính đáng của bạn bè. Nếu không có được sự qua lại hài hoà như thế, sẽ không bao giờ có được một tình bạn thật sự gắn bó. Điều quan trọng là bạn biết ghi nhận sự giúp đỡ chân thành của bạn bè và sẽ sẵn sàng đáp lại bất cứ khi nào có dịp. Tuy vậy, đừng nên tính toán hơn thua trong những mối quan hệ qua lại theo cách này. Có những giá trị của tình bạn mà chắc chắn bạn sẽ không sao đo lường được bằng tiền bạc hay vật chất của cải.

Việc giúp đỡ lẫn nhau được thực hiện bằng vào sự quan tâm chân thật, thể hiện ngay cả qua những ý kiến đóng góp cho bạn mình, không phải lúc nào cũng phải là những giúp đỡ bằng tiền bạc hay công sức. Đôi khi, sự quan tâm chân thật của bạn bè có thể giúp ta có cảm giác được chia sẻ gánh nặng, và vì thế mà bản thân sự quan tâm tự nó đã là một cách giúp đỡ rồi.

Bạn bè cũng có thể giúp nhau qua những lời khuyên chân thành để cùng tiến bộ. Một người bạn tốt thường đưa ra những lời khuyên xuất phát từ lòng chân thành mong muốn sự tốt đẹp cho bạn mình, khác hẳn với những cách nói đẩy đưa của người ngoài cuộc.

Nói tóm lại, sự giúp đỡ lẫn nhau là yếu tố quan trọng để nối kết tình bạn ngày càng gắn bó hơn. Vì thế, hãy sẵn sàng giúp đỡ khi được cần đến, và hãy chấp nhận sự giúp đỡ của bạn bè khi bản thân chúng ta gặp khó khăn.

4. Đừng tạo ra cách biệt

Quan hệ bạn bè, dù thân thiết đến đâu cũng vẫn là bạn bè. Nghĩa là vẫn còn có những điều cần phải tế nhị gìn giữ. Nếu bạn may mắn có được thu nhập khá tốt, bạn cũng phải biết cách sử dụng tiền bạc trong quan hệ giao tiếp sao cho điều đó không trở thành một nguyên nhân gây cách biệt.

Thử tưởng tượng bạn thường ra căn-tin uống nước với một người bạn vào giờ giải lao hàng ngày. Nhưng anh ta bao giờ cũng giành trả tiền mà không để cho bạn có một cơ hội nào đáp lễ. Dù không phải là một sự tính toán sòng phẳng, nhưng lòng tự trọng của bạn rất dễ dàng bị tổn thương, và quan hệ giữa hai bên bắt đầu nảy sinh sự cách biệt nhất định...

Quan tâm đến khó khăn về tài chánh của bạn mình cũng là điều rất tốt. Điều đó thể hiện một tình bạn chân thật. Tuy nhiên, trong những trường hợp không cần thiết, hãy khéo léo đừng cư xử một cách vượt trội quá. Một món quà sinh nhật có thể cần có giới hạn nhất định để thể hiện sự hiểu biết của bạn, khi nó được đưa ra chung với những món quà khác của bạn bè. Cho dù bạn có khả năng tài chánh và rất muốn tặng cho bạn mình một món quà thật đắt tiền, điều đó cũng không phải là một cách ứng xử đẹp, bởi vì nó tạo ra sự cách biệt với những người khác. Tương tự, khi giao tiếp với bạn bè tránh ăn mặc quá "khác thường" hoặc tỏ ra rộng rãi quá đáng. Sự hào phóng của bạn sẽ có rất nhiều dịp khác đúng đắn hơn nhiều để bày tỏ.

Những người có cuộc sống khó khăn về tài chánh lại càng dễ mang mặc cảm thua kém với bạn bè. Nếu có một người bạn như thế, chúng ta cần phải biết cư xử sao cho có sự hài hoà, hạn chế tối đa những cách biệt. Chẳng hạn, nếu có dịp đi ăn cơm chung, hãy chủ động chọn một quán ăn bình dân khiêm tốn. Điều này không dựa vào túi tiền của chúng ta mà là nhằm để tránh cho người bạn một sự khó xử, ngay cả khi anh ta không phải là người trả tiền.

Nếu bạn có một điều gì đó đặc biệt hơn người, cũng nên tránh sự bộc lộ mình thường xuyên trước bạn bè. Một người luôn nói về mình - cho dù là những điều đáng nói - ít khi tạo được sự hoà hợp cùng người khác. Nếu sự phô trương ấy kèm theo chút tự cao, ngạo mạn - mà điều này lại rất thường xảy ra - nó sẽ khiến cho những người bạn tốt dần dần xa lánh chúng ta.

5. Nhưng cũng đừng vượt qua giới hạn

Nếu bạn ỷ lại vào sự thân thiết với một người bạn để xen vào những chuyện riêng tư thuộc về cá nhân hoặc gia đình người ấy, bạn đã sai lầm. Quan hệ bạn bè có những giới hạn nhất định không thể vượt qua, và người khôn ngoan bao giờ cũng biết tự giữ mình trước khi vấn đề trở nên quá đáng.

Chúng ta không thể chờ đợi một người bạn nói với chúng ta rằng "anh đang xen vào chuyện riêng của tôi". (Nhưng nếu điều này thường xuyên xảy ra thì tôi e rằng sẽ có đấy!) Công khai nói lên một giới hạn mà mình không muốn bạn bè vượt qua, đó là một điều tế nhị không làm được, vì nó cũng đồng nghĩa với việc nói rằng "sự thân mật giữa tôi với anh chỉ đến mức này thôi", và tất nhiên là không ai muốn nói như thế cả.

Nhưng trong thực tế đó là một điều có thật. Vì vậy, chúng ta cần biết tự nhận ra những giới hạn nhất định của tình bạn để không gây sự khó xử cho người khác.

Gia đình của mỗi người là một thế giới riêng tư. Chúng ta không nên đến chơi nhà bạn bè vào những giờ giấc mà người ta có thể cần có những sinh hoạt gia đình nhất định. Những khách không mời mà đến vào giờ cơm là tỏ ra thiếu lịch sự. Bữa cơm gia đình không chỉ đơn thuần là một bữa ăn, nó còn là một "cuộc họp mặt gia đình", vì người ta thường tranh thủ thời gian đó để trao đổi với nhau những điều cần thiết, hoặc thậm chí là để bày tỏ tình cảm, sự quan tâm đến nhau. Sự hiện diện của một người ngoài - dù là bạn thân - thường chỉ được chào đón "theo phép lịch sự" mà thôi, vì có những khó chịu mà không thể nói ra được. Nói chung, trừ khi được chính thức mời, còn thì việc đến chơi nhà riêng cần nên được cân nhắc hạn chế ở mức tối thiểu.

Thậm chí nếu chúng ta có dịp đến thăm một người bạn ở xa lâu ngày không gặp, thì việc ở lại nhà người ấy cũng cần nên cân nhắc. Nói chung thì sự hiện diện của một người ngoài trong gia đình dù có được chủ gia đình chào đón cũng còn có thể gây lúng túng cho những thành viên khác. Nếu chúng ta dự định ở lại nơi nào khá lâu, nên tự giải quyết chỗ ở của mình, hoặc tìm một nhà bà con trong thân tộc thì tốt hơn.

Việc gọi điện thoại đến nhà bạn bè vào giờ cơm, giờ nghỉ ngơi ... đều cần được hạn chế. Điều này có thể tự biết qua tâm lý của chính mình. Không gì khó chịu bằng đang bữa ăn của cả gia đình, nhất là khi đang dở dang một câu chuyện, mà chuông điện thoại reo lên và một người phải đi nhấc máy. Sự khó chịu sẽ càng tăng lên gấp bội nếu như cú điện thoại ấy không có thông tin gì cấp bách, cần thiết mà chỉ là để thăm hỏi và ... tán gẫu. Nếu là đang giờ nghỉ trưa của cả nhà, vấn đề cũng sẽ không được hoan nghênh hơn chút nào.

Khi chúng ta muốn góp ý với bạn bè về một vấn đề gì đó có liên quan đến sự riêng tư trong gia đình, tốt hơn là nên hết sức thận trọng. Sự khó chịu không phải bao giờ cũng được bộc lộ ra ngay để chúng ta thấy được - và nếu đã đến mức đó thì e rằng chúng ta sẽ không còn có cơ hội để lập lại sự việc lần thứ hai!

Nếu là bạn bè khác phái thì càng phải thận trọng hơn nhiều. Cho dù là một tình bạn "trong sạch" mà không có sự khéo léo, tế nhị trong ứng xử cũng có thể gây ra những sự hiểu lầm không cần thiết.

Những chuyện riêng tư của bạn bè mà chúng ta tình cờ biết được hoặc chính thức được nghe bạn tâm sự, cũng cần nên được giữ kín. Điều đó thể hiện một sự hiểu biết và tôn trọng. Khi người bạn thân đến than phiền với chúng ta về một người cha nghiện ngập đã có những hành vi quá đáng trong cơn say..., người ấy chỉ muốn chia sẻ nỗi buồn bực trong lòng mình vào lúc đó, chứ hoàn toàn không muốn chúng ta mang chuyện ấy đi nói với bất kỳ ai khác. Nhưng những việc tương tự như vậy rất thường xảy ra, và chính là một trong những nguyên nhân gây thương tổn cho tình bạn.

Khi một người bạn đến nhờ chúng ta giúp đỡ trong lúc khó khăn, chẳng hạn như cho mượn một số tiền, điều tất nhiên là họ sẽ nói hết cho chúng ta nghe về lý do cần tiền của họ. Việc chúng ta đồng ý giúp đỡ bằng cách cho mượn tiền cũng không bao giờ là lý do chính đáng để có thể mang chuyện ấy ra kể lại cho người khác biết.

Để nhận thức đúng về những giới hạn trong tình bạn, chúng ta cũng cần phải đánh giá đúng về mức độ thân mật giữa mình với mỗi người bạn khác nhau. Đây là điều rất tế nhị không dễ làm. Cách tốt nhất là dựa vào cách ứng xử của mỗi người bạn đối với chúng ta để xác định điều đó. Nếu một người bạn sẵn lòng chia sẻ những chuyện buồn trong gia đình với chúng ta, điều đó có nghĩa là người ấy cũng sẽ sẵn lòng lắng nghe những tâm sự của ta khi cần thiết. Và nếu một người bạn có ý muốn tránh né không đề cập đến những chuyện riêng tư trong gia đình họ, hãy thận trọng đừng làm điều đó với anh ta.

6. *Biết tôn trọng lẫn nhau*

Dù là bạn bè thân thiết đến đâu, sự tôn trọng lẫn nhau vẫn là cần thiết. Nếu là bạn bè mới quen, hoặc bạn bè quan hệ trong công việc... thì điều này lại càng quan trọng hơn nữa.

Sự tôn trọng lẫn nhau được thể hiện qua cung cách giao tiếp, có khi chỉ là trong ngôn từ hoặc những cử chỉ rất nhỏ.

Nhiều người coi thường việc chọn lựa cách xưng hô. Họ không biết rằng việc xưng hô không thích hợp thường gây khó chịu cho người khác rất nhiều, và nó cũng bộc lộ sự thiếu hiểu biết của bản thân chúng ta. Muốn xưng hô thích hợp, chúng ta cần phải đánh giá đúng mức độ thân mật giữa mình với người khác. Dùng tên riêng để xưng hô với một người bạn mới quen biết không phải là điều thích hợp, trong khi việc sử dụng những danh xưng thật trịnh trọng, nghiêm trang với một người bạn thân thường tạo ra cách biệt.

Những lời nói đùa giữa bạn bè với nhau cũng cần được chú ý. Sự pha trò đúng mức là một yếu tố làm cho cuộc gặp gỡ giữa bạn bè với nhau trở nên vui nhộn, hào hứng, nhưng đừng bao giờ đưa ra những lời nói đùa có tính cách xúc phạm đến người khác. Một tiếng cười hoà nhập cùng tập thể vào lúc đó không có nghĩa là người ấy hoàn toàn hài lòng hoặc không khó chịu. Và những người pha trò như thế là đã thiếu đi sự tôn trọng tối thiểu đối với bạn bè.

Quan hệ bạn bè trong một chừng mực nào đó là quan hệ rất thoải mái, ít có sự gò bó, khuôn khổ như nhiều mối quan hệ khác. Tuy nhiên, nếu thiếu sự tôn trọng lẫn nhau thì sự thoải mái sẽ trở thành sự bừa bãi và không thể giữ cho mối quan hệ ấy tốt đẹp dài lâu được.

7. Sòng phẳng trong công việc

Đôi khi, một mối quan hệ bạn bè còn đi kèm theo với một quan hệ khác nữa, chẳng hạn như quan hệ trong công việc. Một người bạn thân đồng thời cũng là cộng sự trong công tác chẳng hạn, hoặc hai người cùng hợp tác buôn bán hay làm một dịch vụ nào đó...

Những mối quan hệ song song này nên được phân biệt rạch ròi, tránh sự lẫn lộn qua lại với nhau. Một người bạn rất thân, nhưng đồng thời cũng giữ cương vị trưởng phòng mà bạn đang phải làm việc dưới quyền. Trong trường hợp đó, chúng ta cần phải biết phân biệt rõ khi nào là quan hệ bè bạn và khi nào là quan hệ công việc.

Điều này người xưa đã từng nhắc nhở. Trong công việc người ta gọi là "công tư phân minh", trong mua bán cũng thường nói "ăn cho, buôn so"... Những quan điểm này chính là sự phân biệt tách bạch quan hệ bạn bè và những mối quan hệ khác...

Sự nhập nhằng trong quan hệ bè bạn và những mối quan hệ khác thường không thấy ngay những điều khó xử, nhưng về lâu về dài sẽ dẫn đến nhiều lúng túng cho cả đôi bên. Và nếu điều này không được giải quyết thoả đáng thì tình bạn cũng khó mà duy trì được sự tốt đẹp lâu dài.

Một nguyên tắc chung là bao giờ cũng nên sòng phẳng trong công việc. Đừng bao giờ để cho quan hệ bạn bè chi phối vào những gì thuộc về trách nhiệm của mình, cũng đừng ngại việc quy trách nhiệm cho một người bạn nếu như điều đó là cần thiết. Xét cho cùng, bạn có thể giúp đỡ bạn bè theo nhiều cách khác nhau, nhưng không thể thay thế để nhận lãnh trách nhiệm về một điều thuộc phạm vi công việc của người khác.

Thử tưởng tượng, nếu như chúng ta ỷ lại vào quan hệ bè bạn với trưởng phòng để thường xuyên đi làm trễ giờ, điều đó sẽ không sao chấp nhận được. Và trong cương vị ngược lại, nếu là một trưởng phòng, chúng ta cũng không thể vì tình bạn mà bỏ qua không nhắc nhở sự vi phạm kỷ luật thường xuyên của bạn mình.

Nhiều quan hệ nhỏ nhặt khác trong cuộc sống cũng cần được ứng xử một cách sòng phẳng, rõ ràng minh bạch. Sự sòng phẳng không có nghĩa là coi trọng tiền bạc hơn tình nghĩa, nhưng nó là cách tốt nhất để bảo vệ tình cảm lâu dài. Bởi vì có những điều tuy không nói ra được nhưng sẽ hình thành những gút mắc trong quan hệ, mà nếu kéo dài lâu ngày có thể trở nên căng thẳng.

Nếu bạn khéo léo trong ứng xử và nắm vững nguyên tắc này, bạn sẽ tránh được rất nhiều tình huống khó xử về sau. Hơn thế nữa, trong trường hợp này tình bạn sẽ là một yếu tố tích cực thúc đẩy cho công việc. Ngược lại, bạn có thể sẽ phá hỏng cả tình bạn lẫn công việc đang làm.

Quan hệ với đồng nghiệp

Sự phát triển của xã hội ngày nay đòi hỏi mở rộng mối quan hệ giao tiếp trong công việc. Mặt khác, quan hệ tốt với các bạn đồng nghiệp là một trong những yếu tố tất yếu để dẫn đến thành công trong công việc. Đôi khi quan hệ với các đồng nghiệp cũng có thể là một quan hệ bạn bè, nhưng đôi khi đó cũng có thể chỉ thuần tuý là một quan hệ trong công việc. Dù thế nào đi nữa thì bạn đồng nghiệp cũng là những người mà chúng ta phải thường xuyên tiếp xúc, và cũng là những người cùng chúng ta chia sẻ những khó khăn hoặc thuận lợi trong công việc.

Một trong những nguyên tắc đầu tiên trong giao tiếp với đồng nghiệp là biết giới hạn phạm vi công việc của mình. Nếu như chúng ta có thể chân thành đưa ra sự góp ý xây dựng cho một người bạn thân về những gì mà người ấy còn thiếu sót, thì chúng ta không thể làm tương tự như thế với một đồng nghiệp, trừ khi điều muốn nói ra là thuộc về phạm vi trách nhiệm trong công việc của chúng ta.

Nguyên tắc này cũng có nghĩa là chúng ta phải luôn nhận rõ và hoàn thành tốt phần công việc thuộc phạm vi trách nhiệm của mình. Ngày nay, phần việc của mỗi cá nhân thường bao giờ cũng liên quan đến khối lượng công việc chung. Nếu chúng ta không hoàn thành tốt phần việc của mình, điều đó thường cũng có nghĩa là có ai đó sẽ phải nhúng tay vào, và như vậy không phải là một dấu hiệu tốt cho quan hệ trong công việc.

Tinh thần trách nhiệm bao giờ cũng là một trong những yếu tố giúp tạo thiện cảm nơi những người cùng làm việc chung. Việc đi trễ thường xuyên chẳng hạn, thường gây khó chịu cho các đồng nghiệp, cho dù họ không phải là người trả lương cho chúng ta. Tinh thần trách nhiệm cũng giúp tạo ra được sự tin cậy trong công việc, và đây chính là chìa khoá thiết yếu cho sự thăng tiến trong tương lai.

Một nguyên tắc khác trong giao tiếp với đồng nghiệp là sẵn sàng giúp đỡ. Khi bạn nhận lời giúp đỡ đồng nghiệp của mình - tất nhiên là trong phạm vi có thể làm được - bạn vẫn được nhận đủ tiền lương như bình thường, nhưng đồng thời bạn còn đã "ký gửi" được một phần "lợi tức" nhất định nơi người được giúp đỡ. Cho dù bạn không tính đến, chắc chắn cũng sẽ có lúc bạn nhận lại được cả "vốn lẫn lãi". Hơn thế nữa, biết đâu được lúc nào là lúc chính bạn sẽ cần được giúp đỡ?

Biết giữ lời hứa cũng là một điều quan trọng. Xét cho cùng, mối quan hệ chính với các đồng nghiệp là công việc, không phải tình cảm. Và để đảm bảo công việc, người khác cần có thể tin cậy được vào những gì bạn đã hứa. Việc giữ lời hứa giúp công việc dễ dàng được sắp xếp trôi chảy, hiệu quả, và do đó làm cho các đồng nghiệp được hài lòng. Sự hài lòng là một yếu tố để dẫn đến mối quan hệ tốt đẹp.

Nhưng mối quan hệ với các đồng nghiệp không phải lúc nào cũng thuận lợi. Có những trường hợp bạn vô cớ bị "chiếu tướng" bởi một đồng nghiệp. Hoặc có khi nguyên do rất khó nói ra nhưng có thể ngầm hiểu là sự ganh ty vì thua kém trong công việc, hoặc đơn giản chỉ là vì bạn có vẻ ngoài trông hao hao giống... với một người mà người ấy không thích.

Cho dù là vì lý do gì thì việc có một đồng nghiệp hay cau có, gắt gỏng hoặc luôn luôn nghiêm nghị, lầm lì với mình cũng là một điều không lấy gì làm thoải mái. Trong những trường hợp này, sự chủ động tích cực của bạn đôi khi cũng có thể giải quyết được vấn đề.

Trước hết, hãy loại bỏ ý tưởng chủ quan của bạn về một sự đối nghịch "vô cớ". Hãy thận trọng xem xét lại mình, liệu có thể đã có điều gì sai sót hoặc vô tình trong cách ứng xử của mình có thể đã là nguyên nhân hay không? Nếu bạn đủ may mắn để nhận ra được một nguyên nhân nào đó, đừng ngại nói chuyện trực tiếp ngay với người ấy, nhận lỗi để hoá giải đi sự hiềm khích.

Đôi khi, bạn không thể tìm ra bất cứ nguyên nhân nào về phía mình, điều đó cũng không có nghĩa là bạn đã hoàn toàn đúng. Trong trường hợp này, hãy chủ động đặt thẳng vấn đề với người ấy một cách xây dựng và lắng nghe những gì người ấy trình bày.

Tuy nhiên, vấn đề đôi khi cũng không đơn giản như vậy. Nếu đó là những nguyên nhân không thể nói ra hoặc chỉ là một định kiến không rõ ràng, có thể bạn cần phải kiên nhẫn nhiều hơn mới có thể hoá giải được.

Hãy giữ thái độ lịch sự và thân thiện ngay cả khi bạn nhìn thấy một khuôn mặt cau có, lầm lì. Thường thì người ta không thể "căng thẳng" quá lâu với người khác khi không có một sự "căng thẳng" đáp lại.

Bạn cũng có thể bày tỏ thiện chí của mình bằng nhiều cách. Chân thành khen ngợi khi người ấy có điểm nào đó thật sự đáng khen, hoặc giúp đỡ một cách tế nhị trong công việc...

Và nếu bạn thật hết sức không may mà gặp phải một "trái tim sắt đá" không hề lay chuyển, thì lời khuyên cuối cùng là hãy "tự giữ mình", đừng để bị lôi cuốn vào một cuộc đối đầu không cần thiết. Chỉ cần giữ thái độ "phớt lờ" là đủ rồi.

Những người hàng xóm

Trừ khi bạn lên sống tận miền Bắc cực xa xôi hay vùng núi

cao hoang vắng nào đó, bằng không thì bạn nhất thiết phải sống giữa những người hàng xóm. Trong cuộc sống ngày nay, hàng xóm láng giềng là một trong những yếu tố mà chúng ta không có mấy khả năng lựa chọn, chỉ có thể làm thế nào đó để thích nghi với họ mà thôi. Quả thật, khi đi mua nhà, rất hiếm khi người ta có đủ điều kiện để cân nhắc đến yếu tố này.

Tục ngữ có câu "Bán anh em xa, mua láng giềng gần." Điều này nói lên được tầm quan trọng của những người hàng xóm. Bởi vì những khi "tối lửa tắt đèn", nếu có hoạn nạn bạn không thể nào trông đợi người thân mình có thể đến giúp đỡ nhanh chóng hơn là các ông bà hàng xóm.

Thế nhưng, cho dù bạn có không cần quan tâm đến việc "phòng xa" khi hoạn nạn, thì những người hàng xóm vẫn đóng một vai trò quan trọng trong đời sống của bạn. Hoặc là họ làm cho cuộc sống của bạn tươi đẹp hơn, hoặc là họ đẩy nó đến chỗ tồi tệ, căng thẳng nhất.

Ngoài giờ làm việc ra, phần lớn thời gian chúng ta sinh hoạt ở nhà. Và nếu bạn may mắn có được một công việc làm tại nhà thì vấn đề lại càng quan trọng hơn. Khi bạn ở nhà, dù muốn dù không bạn sẽ chịu một số ảnh hưởng nhất định từ những người hàng xóm. Dù không là những ảnh hưởng quan trọng nhưng lại là những ảnh hưởng lặp đi lặp lại hàng ngày, hàng tháng... Vì thế, nếu không may đó là những ảnh hưởng xấu thì bạn thật khó lòng phớt lờ đi được.

Nếu hàng tuần, hoặc thậm chí hàng đêm, bạn đều phải nhức nhối cả hai lỗ tai vì tiếng nhạc xập xình phát ra từ một dàn loa "hảo hạng" bên hàng xóm, bạn có thể hiểu ngay được điều tôi muốn nói ở đây. Vấn đề là bạn không thể khiếu nại đến đâu đó với lý do là mình "không muốn nghe nhạc", vì e rằng điều đó có vẻ khôi hài quá.

Bạn cũng có thể không sao mở cửa sổ được vì những mùi hương "thân thương quyến rũ" từ cái chuồng heo hàng xóm cứ liên tục bay sang. Mà thậm chí có đóng cả cửa sổ thì nó cũng vẫn tìm cách "chui" vào được.

Bạn cũng có thể phải cấm cửa mấy đứa con mình không được bước ra khỏi nhà, vì cứ mỗi lần chúng lang thang sang hàng xóm đều phải nhận lãnh một "dấu ấn" nhất định nào đó khi quay về, chỉ vì các vị "tiểu anh hùng" bên nhà hàng xóm.

Và rất nhiều những vấn đề rắc rối nhỏ nhặt, vụn vặt khác, mà đôi khi cũng khó lòng kể ra hết được...

Nhưng nhiều khi bạn cũng có thể may mắn có được những người hàng xóm tốt. Họ sẽ là những người bạn tốt có điều kiện để giúp đỡ bạn nhiều nhất. Bạn cũng có thể sẽ chia sẻ được với họ cả những khó khăn hoặc buồn vui trong cuộc sống của mình.

Dù sao đi nữa, rõ ràng là bạn cũng rất cần quan tâm đến việc nên ứng xử như thế nào với những người hàng xóm. Bạn cần biết cách hoá giải những khó khăn, làm cho chúng trở nên "dễ chịu" hơn đôi chút chẳng hạn. Và cũng cần biết cách gìn giữ những mối quan hệ tốt, nếu như không muốn chúng sẽ thay đổi theo chiều hướng xấu đi.

Giữ hoà khí là chiếc chìa khoá vàng trong giao tiếp với những người hàng xóm. Tuy nhiên, không phải bao giờ việc này cũng có thể thực hiện được một cách dễ dàng. Để có thể giữ hoà khí với những người hàng xóm khó tính hoặc ... có "cá tính mạnh", bạn cần có một sự kiên nhẫn thích hợp và thời gian để tạo thiện cảm.

Điều trước tiên nên nhớ là đừng bao giờ tranh hơn thua với những người hàng xóm của bạn. Hay nói khác hơn là nên có một chuẩn mực đánh giá khác hơn cho sự "hơn thua". Ở đây, nếu bạn giữ được hoà khí, tạo được thiện cảm với một người hàng xóm, có nghĩa là bạn đã thắng. Ngược lại, cho dù bạn có thể làm cho người ấy phải lép vế, hoặc thậm chí xin lỗi bạn nhưng với một sự hiềm khích trong lòng, xem như bạn đã thua. Sở dĩ như vậy là vì tính cách "sát sườn" của những người hàng xóm. Có thể họ chào thua bạn lần này, nhưng ai mà biết được... hãy đợi đấy!

Bạn cũng có thể áp dụng nguyên tắc này ngược lại về phía mình. Nhường nhịn không có nghĩa là chịu thua. Và nếu bạn khéo léo biết "hạ mình" đúng lúc, nhiều khi bạn sẽ đạt được những kết quả rất bất ngờ.

Nếu bạn gặp phải một người hàng xóm khó tính, sự khiêm tốn, chủ động tạo hoà khí vẫn thường mang lại kết quả tốt đẹp. Bởi vì nói chung thì bất cứ ai cũng có những "điểm yếu" nhất định để bạn tấn công vào. Một vài lời thăm hỏi chân thành, hoặc đề nghị giúp đỡ khi cần thiết, thậm chí đôi khi là một bữa cơm khách thân mật... Những điều đó có thể góp phần làm êm dịu tình hình.

Ngay cả khi bạn bắt buộc phải đưa ra một sự phản đối - vì vấn đề đã vượt quá mức chịu đựng - hãy chọn làm điều đó theo cách ôn hoà nhất. Những cuộc "chiến tranh" với hàng xóm không bao giờ là "trận chiến cuối cùng", vì thế phải nghĩ đến lúc còn "nhìn mặt nhau" về sau.

Hồi tôi còn nhỏ, tôi nhớ mẹ tôi thường sai tôi mang thức ăn ngon cho những người hàng xóm. Có khi chỉ là một bát canh, một đĩa đồ xào... thuộc loại đặc biệt mà ít khi chúng tôi có được. Mẹ tôi thường nói: "Người ăn thì còn, con ăn thì mất." Tất nhiên, câu này chỉ đúng ở một khía cạnh nào đó thôi, và đó chính là khía cạnh mà chúng ta đang bàn đến. Những cử chỉ đẹp như vậy thường được hàng xóm đón nhận với một sự trân trọng, trừ khi bạn gặp phải những người thuộc loại "phi thường".

Tính nhẫn nhục của mẹ tôi với những người hàng xóm còn đáng ghi nhận hơn khi chúng tôi thỉnh thoảng lại bị mất cả những bát đĩa đã dùng để mang thức ăn đi cho, vì người ta "quên" trả lại! Nhưng mẹ tôi vẫn cười xoà mà chẳng bao giờ lấy đó làm bực mình. Bù lại, từ khi tôi khôn lớn, tôi chưa bao giờ thấy gia đình gặp phải bất cứ vấn đề gì rắc rối với các người hàng xóm.

Giao tiếp nơi công cộng

Giao tiếp nơi công cộng là một khái niệm chỉ chung cho các quan hệ ở những nơi đông người, với những người mà bạn chỉ thoáng gặp tình cờ trong đám đông. Có thể đó là khi xếp hàng mua vé xem ca nhạc, đi chung trên xe buýt, hoặc dạo chơi trong công viên, cho đến như khi mua sắm trong siêu thị...

Đặc điểm của những mối quan hệ giao tiếp này là bạn sẽ được người khác - những người mà bạn giao tiếp - nhìn nhận một cách đơn giản như là trong quan hệ giữa con người với con người, thế thôi. Bởi vì bạn chỉ xuất hiện trước mắt họ với những gì của chính bản thân bạn, như trang phục, cử chỉ, phong cách nói năng, đi đứng... Ngoài ra, những thứ như cương vị xã hội, gia đình, quyền lực hay tri thức, thậm chí danh tiếng mà bạn có được... đóng vai trò rất nhỏ hoặc không có gì trong những mối quan hệ thoáng qua này.

Giao tiếp nơi công cộng là sự giao tiếp làm bộc lộ rõ nét nhất sự lịch thiệp và khả năng giao tế của mỗi người. Bởi vì bạn phải hoàn toàn dựa vào chính mình để tạo ra một ấn tượng - tốt hoặc xấu - trong mắt nhìn của những người mà bạn giao tiếp, hoặc thậm chí không hề giao tiếp mà chỉ là được nhìn thấy.

Tuy là những mối quan hệ thoáng qua, nhưng các quan hệ giao tiếp nơi công cộng đóng vai trò quan trọng trong việc hình thành nên nhân cách của một con người. Suy cho cùng, nếu đã là người có một nếp sống đẹp, điều đó phải có nghĩa là sống đẹp với tất cả mọi người chứ không chỉ riêng gì với những người mà ta đã từng quen biết.

Hơn thế nữa, rất nhiều mối quan hệ thoáng qua này, nếu tốt đẹp, sẽ là khởi đầu cho những mối quan hệ dài lâu khác - một người hợp tác làm ăn, một khách hàng, thậm chí một người bạn thân mà về sau sẽ cùng ta chia sẻ suốt đoạn đời còn lại... Và nếu bạn là người có một nghề nghiệp đòi hỏi giao tiếp rộng, đôi khi bạn khó lòng phân biệt được những mối quan hệ giao tiếp nơi công cộng này với các quan hệ khác. Những người hoạt động xã hội lại càng xem trọng các quan hệ giao tiếp nơi công cộng, bởi vì chính thông qua đó mà họ bộc lộ chính mình để chinh phục sự ủng hộ của người khác.

Nguyên tắc đầu tiên trong giao tiếp nơi công cộng là phải tôn trọng người khác. Sự tôn trọng này xuất phát đơn giản từ chính bản thân bạn, một người biết sống đẹp, mà không cần phân biệt người mình đang giao tiếp đó là ai - bởi vì bạn thật ra bạn cũng không thể biết được là đang giao tiếp cùng với ai cả.

Khi bạn cần phải đi vội trong một đám đông chẳng hạn, cũng không thể dùng sức chen lấn để vượt qua. Sự tôn trọng người khác không cho phép chúng ta làm như vậy. Và những trường hợp khác đại loại là như thế...

Sự tôn trọng người khác được thể hiện cụ thể qua ngôn ngữ và cử chỉ của chúng ta. Chỉ một lời nói hay cử chỉ đúng đắn có thể tạo nên thiện cảm hoặc ấn tượng tốt đẹp, và thậm chí có thể hoá giải được cả nhiều xung đột không cần thiết.

Khi bạn đến những nơi công cộng, điều nhỏ nhặt nhưng rất quan trọng là hãy thể hiện sự tôn trọng người khác bằng cách sử dụng đúng lúc những cụm từ "cảm ơn" và "xin lỗi". Những cụm từ này, sử dụng một cách chân thành và đúng lúc, sẽ là những vũ khí giúp bảo vệ cho nhân cách của bạn nơi công cộng, và cũng là những vũ khí rất hữu hiệu để chinh phục lòng người.

Tôi dùng từ "chân thành", bởi vì có rất nhiều người vẫn nói ra những lời "cảm ơn" hoặc "xin lỗi", nhưng họ không thật sự nói ra với lòng chân thành, vì họ cho rằng đây chỉ là những nghi thức xã giao, những ngôn từ "cửa miệng" nhằm để tạo ra vẻ lịch sự tối thiểu cho một con người, thế thôi! Và điều đó là một sai lầm.

Khi nhờ ai đó làm điều gì giúp ta, hoặc thậm chí là một việc thuộc trách nhiệm của người ấy nhưng có lợi cho chúng ta, ta đều nói lời "cảm ơn". Vấn đề là ở chỗ, đôi khi chúng ta không ý thức được đầy đủ tính đúng đắn của những lời cảm ơn như thế mà chỉ thực hiện điều đó như một thông lệ. Có bao giờ bạn suy nghĩ về lý do phải nói lên những lời cảm ơn như thế, để có thể thấy được tính đúng đắn và hợp lý của nó đến mức nào hay chăng? Nếu không, sẽ có lúc bạn cho rằng đó là điều không cần thiết, hoặc có thể có nói ra thì cũng chỉ là những lời "đầu môi chót lưỡi" mà không có được sự chân thành cần thiết để tạo ra tính thuyết phục.

Chúng ta sinh ra trong cuộc sống này vốn dĩ đã chịu ơn của tất cả mọi người chung quanh. Bản thân ta không thể tồn tại hoặc làm nên chuyện gì nếu không có những sự giúp đỡ trực tiếp hoặc gián tiếp từ bên ngoài. Nói lời cảm ơn là thừa nhận thực tế đó, không phải chỉ đơn giản là vì ta "muốn làm người lịch sự". Thử tưởng tượng, có một công việc nào bạn có thể thực hiện được mà hoàn toàn không chịu những ảnh hưởng nhất định từ người khác? Xã hội càng phát triển, con người càng phụ thuộc vào nhau. Thừa nhận mối tương quan đó và chân thành biết ơn người khác là một cách suy nghĩ đúng đắn khởi đầu cho một nếp sống đẹp.

Trong từng trường hợp cụ thể mà bạn nói lên lời cảm ơn cũng đều thể hiện ý nghĩa sâu xa đó. Mỗi người đều có quyền tự do sử dụng thời gian của mình và quyền tự do đó phải được người khác tôn trọng. Khi ai đó chịu bớt thời gian để giúp ta chuyện gì, dù là nhỏ nhặt, người ấy xứng đáng nhận được lời cảm ơn một cách chân thành. Giả sử như trên đường phố, khi ai đó chịu dừng lại để chỉ cho bạn đường đi đến bưu điện gần nhất, có hai lý do để bạn phải chân thành nói lời cảm ơn người ấy. Một là kết quả thiết thực mà bạn có được, có thể là không phải đi vòng vo thêm một giờ đồng hồ nữa chẳng hạn... Hai là thiện chí và thời gian mà người ấy đã vui lòng bỏ ra để giúp bạn. Với hai lý do đó, làm sao bạn lại có thể nói ra lời cảm ơn một cách hời hợt thiếu chân thành?

Ngay cả khi ai đó thực hiện điều gì cho chúng ta trong phạm vi trách nhiệm của họ, người ấy vẫn xứng đáng nhận được lời cảm ơn, vì họ đã thực hiện sự việc với thiện chí hoặc đã mang lại ích lợi cho chúng ta. Bạn có thể nhờ người phục vụ mang hành lý lên phòng mình trong khách sạn. Bạn đã trả tiền để được phục vụ như thế. Tuy nhiên, người phục vụ đã mang hành lý giúp bạn với một thiện chí, đã không làm hư hỏng nó, và có thể là đã vui vẻ khi làm điều đó. Vì thế, anh ta xứng đáng nhận được một lời cảm ơn chân thành...

Hầu hết những trường hợp mà chúng ta nói lời cảm ơn, đều xuất phát từ những ý nghĩa tương tự như thế. Nếu chúng ta chịu phân tích, suy nghĩ, chúng ta sẽ không bao giờ có thể nói ra những lời cảm ơn một cách hời hợt được.

Chẳng những là những lời cảm ơn, mà trong những trường hợp chúng ta cần nói lời "xin lỗi", chúng ta cũng nên nói ra với một sự chân thành như thế. Điều đó thể hiện sự tôn trọng người khác và cũng là tôn trọng chính mình, vì qua đó chúng ta thể hiện một cung cách ứng xử biết quan tâm đến mọi người chung quanh.

Lời xin lỗi được sử dụng đúng lúc có tác động xoa dịu một sự khó chịu hoặc bực mình do một hành vi nào đó của chúng ta, dù là nhỏ nhặt. Điều đó hoàn toàn không có nghĩa là tự hạ thấp mình mà là ngược lại. Ngay cả một người lớn tuổi hoặc những kẻ "bề trên" cũng cần phải biết nói lời xin lỗi khi làm điều gì đó vô tình gây tổn hại hoặc khó chịu cho những thuộc cấp của mình. Bởi vì điều đó xuất phát từ sự tôn trọng lẫn nhau giữa những con người.

Một ông chủ khôn ngoan không bao giờ hạn chế những lời cảm ơn và xin lỗi với nhân viên của mình khi cần thiết. Điều đó cũng có nghĩa là mọi người sẽ càng gắng sức hơn nữa trong việc phục vụ hữu hiệu công việc được giao phó.

Việc nói ra những lời cảm ơn và xin lỗi một cách chân thành và đúng lúc là nguyên tắc đầu tiên và quan trọng trong giao tiếp nơi công cộng. Không chỉ là những lời nói ra, mà chính sự hoàn thiện cách nhận thức vấn đề của bạn là điều kiện cơ bản để hình thành nên một nếp sống đẹp.

Một vấn đề khác cũng cần được lưu ý là không nên nói về mình quá nhiều. Điều đó thường không tạo cho những người mới quen biết một ấn tượng tốt mà là ngược lại. Suy cho cùng, khi tiếp xúc lần đầu tiên với ai đó thì trang phục, cử chỉ và phong cách nói năng của một người nói lên nhiều hơn là những gì mà người ấy tự nói ra. Và nói càng nhiều về chính mình càng tỏ ra là thiếu sự quan tâm và tôn trọng đối với những người chung quanh.

Trang phục và cung cách ứng xử cũng đóng một vai trò quan trọng trong giao tiếp nơi công cộng. Nói chung cũng không đi ngoài nguyên tắc tôn trọng người khác.

Trong việc chọn trang phục, cần tránh hai thái độ có thể xem là cực đoan. Một là quá xuề xoà đến mức khó coi. Hai là quá cầu kỳ, sang trọng hoặc nghiêm trang thái quá. Hai mức độ được xem là cực đoan này cũng được đánh giá khác nhau tuỳ theo nơi mà bạn đến. Đi mua sắm ở siêu thị không giống với đi dự một bữa tiệc của bạn bè. Đi dự một bữa tiệc thân mật của bạn bè lại không giống như một bữa tiệc xã giao do công ty tổ chức...

Nói chung, việc ăn mặc khi giao tiếp nơi công cộng, dù là ở đâu thì tối thiểu cũng phải đảm bảo gọn gàng, sạch sẽ và kín đáo. Tuỳ theo tính cách trang trọng hay thân mật của nơi giao tiếp mà chúng ta chọn lựa trang phục cho thích hợp. Nguyên tắc chung là đừng quá nổi bật so với những người chung quanh, trừ ra là khi bạn đang đi dự một buổi biểu diễn thời trang...

Việc chọn một trang phục phù hợp sẽ chứng tỏ được sự khéo léo của bạn trong giao tiếp, và là một trong những cách hiệu quả nhất để bạn tự bộc lộ mình trước người khác.

Nói tóm lại, trong giao tiếp nơi công cộng, biết tôn trọng người khác và ứng xử một cách khiêm tốn, lễ độ là những bí quyết đơn giản giúp bạn tạo được ấn tượng đẹp trong mắt nhìn của người khác. Trong khi đó những nỗ lực nhằm lôi kéo sự chú ý hay phô trương bản thân chỉ tạo ra tác động ngược lại.

Thích ứng với môi trường

Trong giao tiếp xã hội, không phải lúc nào chúng ta cũng luôn ở trong một môi trường quen thuộc. Điều tất yếu phải có là đôi khi chúng ta gặp phải một số tình huống mà những người chung quanh không có cách ứng xử hoàn toàn giống như mình.

Tuy nhiên, trừ trường hợp bạn phải ra nước ngoài, bằng không thì những khác biệt được nói đến ở đây thường chỉ là những khác biệt nhỏ mà thôi. Mặc dù vậy, nếu bạn không khéo léo nhận ra những "khác biệt nhỏ" đó, cơ may thành công trong giao tế của bạn sẽ bị giảm đi một phần nào.

Người xưa nói: "Đi trên sông tuỳ theo sự quanh co của khúc sông, vào nhà nào theo tục lệ của nhà ấy."[1] Chính là nói lên ý này. Ngoài những quy ước chung trong xã hội, mỗi gia đình còn có "tục lệ" riêng của mình. Khi chúng ta đến một quốc gia khác, điều tất nhiên là ta phải tuân thủ theo pháp luật của quốc gia ấy – Bạn không thể chạy xe theo phần đường bên phải nếu như bạn sang Anh quốc! Nhưng khi chúng ta vào nhà một ai đó, ít người nghĩ đến việc tuân thủ những "tục lệ" riêng của gia đình. Đây là một điều khá nhỏ nhặt, tế nhị nhưng lại không kém phần quan trọng trong giao tế.

Thường thì chúng ta cũng ít khi gặp phải những "tục lệ" gì mới lạ, mà chỉ là sự chọn dùng những quy ước nhất định đã có trong cộng đồng chung mà thôi. Vì thế, với một người lịch lãm thì việc nhận ra không phải là khó lắm. Tuy nhiên, vấn đề quan trọng là ở chỗ phải nhận thức đúng vấn đề để chấp nhận tuân theo, chấp nhận việc thích ứng với môi trường.

Mở rộng ra, khi chúng ta đến những nơi cơ quan tập thể, các tổ chức tư nhân hoặc công cộng, các nơi miếu, đền, nhà thờ, chùa chiền... chúng ta cũng đều cần tuân thủ theo "tục lệ" của những nơi ấy. Những "tục lệ" này có khi được thể hiện thành nội quy rõ ràng, mang tính cách bắt buộc, cũng có khi chỉ là những ước lệ chung cho các thành viên nơi đó. Chẳng hạn như, nếu bạn đến thăm ai ở một bệnh viện, bạn có thể dành vài ba phút để đọc bản nội quy thường được niêm yết ngay ở nơi dễ nhìn thấy nhất khi bước vào. Tuy nhiên, nếu bạn đến một ngôi chùa, bạn sẽ không bao giờ có thể tìm thấy một bản nội quy rõ ràng như thế. Nhưng vẫn có rất nhiều điều mà bạn phải tự hiểu lấy để tuân theo khi đến chùa, để không tỏ ra mình là một người ... thiếu lịch sự.

Biết thích ứng với môi trường sẽ tạo điều kiện cho bạn giao tiếp dễ dàng trong mọi tình huống, và tránh tạo ra những sự khó chịu không cần thiết cho người khác.

---

[1] Nhập giang tuỳ khúc, nhập gia tuỳ tục.

Khi đến nhà một người bạn mới quen chẳng hạn. Nếu sàn nhà lót bằng gạch men, điều đó rất dễ dàng để chúng ta quyết định phải để giày dép bên ngoài cửa. Tuy nhiên, đây có thể là một căn nhà rất sơ sài thôi, và sàn nhà tráng xi-măng đã khá cũ kỹ. Bạn có thể nhận thấy việc mang giày dép vào nhà hẳn là hợp lý. Mặc dù vậy, hãy liếc nhìn người bạn mình trước đã. Nếu anh ta cẩn thận cởi giày hoặc dép để lại ngoài cửa, bạn hãy vui vẻ làm theo như thế.

Cũng có khi là những điều nhỏ nhặt hơn. Chẳng hạn, khi một người lớn trong nhà hỏi bạn: "Bố cháu có khoẻ không?" và bạn trả lời: "Cảm ơn bác, ba cháu vẫn khoẻ?" Bạn đã tỏ ra thiếu sự thích ứng trong câu trả lời rất nhỏ nhặt này. Hãy chú ý, người nói gọi cha bạn là "bố", và ông ta hẳn mong đợi câu trả lời là "bố cháu vẫn khoẻ". Sẽ không ai phiền lòng hoặc trách cứ khi có sự khác biệt nhỏ trong ngôn ngữ như thế này, nhưng một sự thích ứng nhỏ nhặt có thể đưa bạn đến gần gũi hơn với người mà mình giao tiếp. Đó là một thực tế không thể phủ nhận được.

Tương tự, khi bạn nhận thấy mọi người trong nhà nói chuyện với nhau bằng một phong cách nghiêm trang, lễ giáo, chẳng hạn như mỗi câu nói đều phải dạ, thưa... khi nói với người lớn, bạn hãy khéo léo thích ứng và đừng nên sử dụng phong cách ngôn ngữ tự nhiên, thoải mái hằng ngày của mình.

Nói chung, sự khéo léo của bạn là nhận ra những khác biệt nào đó ở nơi mình đến và nhanh chóng thích ứng theo.

Nhiều người cho rằng cách ứng xử như thế có phần nào là tự hạ mình hoặc không chân thật. Đó là một cách nghĩ sai lầm. Điều đó phải được hiểu là một sự tôn trọng lẫn nhau theo phép lịch sự. Nếu bạn không muốn những người khác khi đến nhà mình lại ứng xử quá tự do, bừa bãi, thì bạn hẳn phải đồng ý rằng thái độ "nhập gia tuỳ tục" là một thái độ hoàn toàn đúng đắn, lịch sự.

Ngay cả việc chọn lựa trang phục khi đến nhà người khác cũng biểu lộ sự tế nhị của bạn trong giao tiếp. Cho dù bạn bè rất thân nhau, cũng phải quan tâm đến yếu tố gia đình của bạn mình. Nếu là một gia đình có nề nếp rất nghiêm khắc, bảo thủ, đừng chọn những trang phục "tân thời" quá khi đến đó, sẽ làm người ta khó chịu. Ngược lại, nếu là một gia đình "theo mới", sự thoải mái của bạn có thể sẽ được chấp nhận một cách vui vẻ.

Thích ứng với môi trường cũng có nghĩa là nhận ra ngay bầu "không khí" quanh mình và có cách ứng xử thích hợp. Chẳng hạn, khi đến viếng một lễ tang, đừng bao giờ biểu lộ niềm vui của bạn cho người khác thấy, cho dù thực tế là bạn đang có một chuyện vui nào đó; cũng đừng nói những lời đùa cợt ở những nơi như thế. Ngày nay, trong hầu hết các đám tang ở miền Nam, cảnh cười đùa vui vẻ ở các bàn khách đến viếng đều có thể được nhìn thấy. Cho dù điều này đã trở thành một thực tế, nhưng quả là một thực tế "không đẹp" mà bất cứ người hiểu biết nào cũng đều không thể tán thành.

Ngược lại, khi dự tiệc cưới, đừng bao giờ mang một khuôn mặt "đưa đám" đến đó - thà rằng không đến còn hơn. Có một lần, tôi được mời dự đám cưới của một người rất thân vào buổi sáng, nhưng buổi chiều phải đến viếng lễ tang người bác họ vừa qua đời. Sau khi cân nhắc, tôi đã quyết định không đi dự đám cưới. Vì tôi tự biết mình khó lòng làm chủ hoàn toàn được tâm trạng, và tôi không muốn tỏ ra "khác lạ" với môi trường chung quanh.

Khi một người bạn đến thông báo một tin buồn hoặc kể cho bạn nghe về một sự thất bại, bạn hãy quên đi việc nói cho anh ta nghe một tin vui nào đó mà bạn vừa nghe được và cũng định nói với anh ta, vì điều đó đã tỏ ra là không còn thích hợp nữa.

Khi bạn biết thích ứng với môi trường chung quanh, bạn sẽ không bao giờ có những cách ứng xử quá khác biệt với mọi người. Chẳng hạn, nếu tất cả những người làm việc chung phòng đều hết sức bận rộn, nhưng chẳng có việc gì thuộc phạm vi công việc của bạn, thì tốt hơn là nên tránh đi thay vì ngồi đó với vẻ thản nhiên vô sự.

Một thực tế quan trọng là, những người biết thích ứng với môi trường chung quanh sẽ tìm thấy được sự thoải mái và hoà hợp trong mọi tình huống, thay vì là căng thẳng hơn trong giao tiếp như nhiều người vẫn lầm tưởng.

Biết thích ứng với môi trường chung quanh tỏ ra bạn là người hiểu biết và sẵn sàng cảm thông, chia sẻ với tất cả mọi người, và vì thế phần thưởng tất nhiên mà bạn nhận được chắc chắn sẽ là thiện cảm chân thành trong các quan hệ giao tiếp.

CHƯƠNG VI
NHỮNG PHÉP LỊCH SỰ CƠ BẢN

Phép lịch sự không phải là những nguyên tắc bất di bất dịch. Đó chỉ là những điều mang tính cách quy ước trong một cộng đồng xã hội nhất định, và thay đổi theo từng thời đại khác nhau.

Vì thế, sẽ không có ý nghĩa gì nếu chúng ta cố áp dụng những nguyên tắc phức tạp nào đó trong giao tiếp giữa một cộng đồng xa lạ không hiểu gì về những nguyên tắc đó.

Dựa trên quan điểm đó, mỗi một điều được gọi là "phép lịch sự" cần phải được thực hiện với sự nắm hiểu về ý nghĩa của nó. Người ta đã sưu tầm và ghi nhận được rất nhiều điều liên quan đến phép lịch sự qua các thời đại cũng như ở các địa phương khác nhau. Nhưng hiểu theo cách này thì khi ý nghĩa của một phép lịch sự không còn phù hợp nữa, bản thân phép lịch sự ấy cũng không cần thiết phải được giữ lại. Và cũng theo quan điểm đó, một vài phép lịch sự cơ bản được trình bày ở đây sẽ được nêu rõ cùng với ý nghĩa của chúng.

Lịch sự trong ăn uống

Trong sinh hoạt hàng ngày, việc ăn uống chiếm một vai trò quan trọng. Trong giao tế, ăn uống cũng là dịp để người ta làm quen và thậm chí đánh giá lẫn nhau. Vì thế, trong việc ăn uống cần biết giữ một số những phép lịch sự tối thiểu.

Ăn uống phải từ tốn, chừng mực là nguyên tắc đầu tiên. Dù có vội vàng đến đâu cũng phải dành thời gian nhất định cho bữa ăn, nên không được lộ ra vẻ hối hả trong khi ăn. Ngay cả khi bạn ăn một mình cũng vậy. Bởi vì điều đó có hại cho sức khoẻ chứ không riêng gì trong phạm vi phép lịch sự. Mặt khác, nếu bạn phải dùng cơm chung với một người tỏ ra hối hả, vội vàng, bạn không thể tự mình cảm thấy thoải mái được. Vì thế, bản thân chúng ta không nên gây khó chịu cho người khác bằng sự hối hả của mình.

Đến bữa ăn, người nhỏ hơn không được ngồi vào bàn trước người lớn tuổi hoặc có vai vế lớn hơn mình. Khách mời không nên ngồi vào bàn trước chủ nhà. Điều đó nhằm bày tỏ sự tôn trọng và cũng là để cho thấy mình không vội vã trong việc ăn uống.

Nếu là ăn cơm được mời tại nhà hàng, người mời khách thường đề nghị người được mời chọn món ăn. Khách được mời nên nhường lại cho người mời làm việc ấy. Người mời khách sẽ chọn một vài món rồi lại đề nghị khách tiếp tục chọn cho đủ. Trong trường hợp này, người được mời cũng không nên cố từ chối, nhưng nên lưu ý chọn những món có giá tương đương như những món mà người mời khách đã chọn. Tất cả những trình tự này là nhằm để bày tỏ sự tôn trọng lẫn nhau của cả đôi bên chủ khách.

Trong khi ăn, nên giữ một thái độ thích hợp với từng tình huống khác nhau. Tuy nhiên, dù là ăn cơm trong gia đình thì cũng có những điều tối thiểu cần phải biết.

Thức ăn khi còn trong chén, không nên lấy thêm một món khác. Điều đó có nghĩa là, bạn phải ăn tuần tự từng món. Một chén cơm được "tích luỹ" cùng lúc vài ba món ăn không phải là một hình ảnh đẹp trong mắt người khác. Nếu là món lỏng như canh, súp... tránh đừng lấy quá đầy chén.

Việc dùng đũa ăn cơm là thói quen lâu đời của dân ta, nhưng không phải là thói quen chung của mọi dân tộc khác trên thế giới. Vì vậy cần chú ý vài đặc điểm khi ăn bằng đũa để tránh gây khó chịu cho những người nước ngoài lúc dùng cơm chung, và thậm chí ngay cả với một số người Việt cũng vậy.

Tuyệt đối không dùng đũa gắp vào các món ăn lỏng như canh, súp... Điều này tuy là khá quen thuộc ở các bữa cơm thân mật, nhưng quả thật có phần kém... văn hoá. Khi chúng ta ăn, đầu đũa được ngậm vào trong miệng. Nếu sau đó lại "rửa" vào trong bát canh hay bát súp thì thật khó... hiểu. Một số tập thể hiện nay đã phát triển thói quen khi ăn chỉ dùng đũa để gắp thức ăn và mỗi người đều có một cái muỗng riêng để đưa thức ăn vào miệng. Có vẻ như còn khá xa lạ với nhiều người, nhưng quả là một cách ăn uống... hợp vệ sinh hơn. Tuy nhiên, chúng ta cũng không thể đòi hỏi mọi người đều theo như ý mình. Chỉ có điều, dù có ăn bằng đũa như xưa nay thì cũng nhớ đừng "rửa đũa" vào chỗ "công cộng".

Khi gắp thức ăn, nên "ngắm nghía" trước sẽ gắp miếng thức ăn nào, rồi mới đưa đũa đến gắp. Tránh việc dùng đũa "đào bới" trong đĩa thức ăn chung, rất khó coi. Ngoài ra, cũng cần quan sát trước, tránh cùng lúc lấy thức ăn ở một chỗ với người khác. Tuy vẫn chưa... hết, nhưng trông... kỳ lắm.

Nhai thức ăn nên "kín miệng", đừng phô bày "hàm răng đẹp" của mình ra cho người khác thấy. Ăn các món lỏng đừng tạo ra âm thanh khi húp. Thử tưởng tượng, nếu năm bảy người cùng ăn một mâm mà đều "sột soạt" như nhau thì âm thanh ấy khó nghe đến mức nào!

Trong khi ăn không nên nói chuyện quá nhiều, nhưng cũng đừng... cắm cúi ăn không để ý đến ai. Tốt nhất là trao đổi vài ba mẩu chuyện nhẹ nhàng, vui vẻ để tạo không khí cởi mở, và nhất là có "kẻ nói, người nghe". Những câu chuyện dài chỉ một người nói, hoặc những đề tài sôi động quá đều không thích hợp trong bữa ăn chung.

Nếu là ăn cơm khách, lại càng phải thận trọng hơn. Có những thói quen không mấy khi được ta lưu ý đến khi dùng cơm trong gia đình, nhưng lại trở nên khó coi trong các bữa cơm khách nơi nhà người khác. Chẳng hạn, đừng ngồi theo kiểu "vắt chân chữ ngũ", hoặc cũng đừng rung đùi đánh nhịp... Khi dùng cơm với người khác, nhất là người ngang hàng hoặc lớn hơn mình thì những thái độ này được xem là rất khiếm nhã.

"Tốc độ" cũng là một yếu tố rất tế nhị trong các bữa cơm khách. Chủ nhà dù ăn ít đến đâu cũng không nên buông đũa trước khách, vì thế mà phải chú ý "ăn cầm khách". Khách được mời dù có "công suất lớn" đến đâu cũng nên tự biết giới hạn ở mức độ vừa phải, đừng làm cho "thẳng bụng". Tuy nhiên, nếu ngược lại, khách tự biết mình ăn rất ít thì cũng nên tế nhị kéo dài thời gian một chút, đừng buông đũa quá sớm sẽ làm cho chủ nhà lúng túng. Ngay cả khi ăn xong, cũng tránh rời ngay khỏi bàn ăn khi chủ nhà hoặc những người khác vẫn còn đang "dở dang". Người chủ nhà tế nhị khi thấy khách đã ăn xong thường sẽ chủ động mời ra bàn nước, hoặc sẽ nhanh chóng... rút ngắn phần còn lại của mình ngay.

Tuy nhiên, trong những bữa cơm khách mà quan hệ giữa chủ nhà với khách là rất thân tình, cũng nên biết cách "khẳng định" sự thân tình ấy. Chẳng hạn, tránh đừng để chủ nhà phải mời mọc quá nhiều. Cần tỏ rõ cho mọi người thấy là mình rất tự nhiên, vì điều đó sẽ làm vui lòng chủ nhà.

Nếu là mời cơm tại nhà hàng, người mời nên tránh đừng thanh toán tiền trước mặt khách mời. Có thể dặn trước người phục vụ để thanh toán sau, hoặc kín đáo thanh toán vào lúc thuận tiện. Khách được mời tránh đừng hỏi giá cả hoặc nhận hóa đơn thanh toán rồi đưa sang cho người mời.

Chủ nhà mời cơm khách cũng cần lưu ý vài ba điều tối thiểu. Nếu là nhà đông người quá, nên sắp xếp cho trẻ con ăn riêng, vì thường chúng ta không thể "khống chế" được chúng trong bữa ăn. Thức ăn mời khách nên tránh những món "khó ăn", dù là món ngon. Khó ăn ở đây có nghĩa là những món mà người ăn hơi khó... xử lý, chẳng hạn như các thao tác gặm, xé... hay phải dùng tay khi ăn đều không thích hợp lắm. Trong khi ăn, nếu cần lấy thêm thức ăn, dùng bát hoặc đĩa khác để mang thức ăn đến cho thêm vào, tránh không lấy bát hoặc đĩa thức ăn trên bàn ăn mang đi.

Chuyện ăn uống nói ra hẳn còn nhiều lắm, nhưng trên đây chỉ là một vài điều tối thiểu mà có lẽ cũng chưa đến nỗi... lỗi thời lắm.

Lịch sự khi chào hỏi

Khi gặp gỡ, chào hỏi nhau hàng ngày cũng có một số điểm cần biết. Người thân quen thường chỉ cần cười với nhau hoặc gật đầu chào là đủ. Tuy nhiên, nếu đã lâu quá không gặp, nên dành năm ba phút dừng lại để hỏi han về sức khoẻ, gia đình... Nếu là các mối quan hệ có tính chất trang trọng, nên dừng hẳn lại khi chào hỏi, tránh vừa đi vừa chào. Chào người khác bằng cách hất hàm lên là một thái độ khiếm nhã, ngay cả với những người nhỏ hơn hay thuộc cấp của mình. Không dùng cách đưa tay lên chào với người lớn hơn mình. Nếu người ấy chủ động đưa tay chào khi nhìn thấy mình từ xa, cũng chỉ nên cười và cúi đầu để đáp lại. Nói chung, mọi cách thức chào hỏi đều nên kèm theo một nụ cười tươi. Một khuôn mặt nhăn nhó hoặc lạnh lùng không bao giờ mang lại thiện cảm.

Việc bắt tay nhau khi chào hỏi ngày nay cũng đã trở thành khá quen thuộc, nên cũng có thể dùng mà không bị xem là xa lạ lắm. Tuy nhiên, chỉ dừng lại chào hỏi và bắt tay khi biết là mình có thể dành thêm đôi ba phút để trao đổi, thăm hỏi nhau. Nếu chỉ chào hỏi, bắt tay rồi đi ngay thường là không thích hợp lắm.

Khi bắt tay cũng có một vài phép tắc chung. Chỉ bắt tay bằng tay phải, không dùng tay trái. Người lớn tuổi hoặc có vai vế lớn hơn sẽ chủ động đưa tay ra trước. Người nhỏ hơn đáp lại bằng cả hai tay và khi bắt tay thì người hơi cúi xuống. Tránh không nắm, siết quá chặt. Nếu là bạn bè ngang nhau thì người nào nhìn thấy trước sẽ là người đưa tay ra trước. Nếu đợi người kia đưa tay ra mới đáp lại thì tỏ ra mình kém nhiệt tình. Trong trường hợp này có thể siết chặt tay hoặc lắc tay để tỏ sự thân mật. Nếu một trong hai người là phụ nữ, người ấy sẽ phải đưa tay ra trước. Nam giới bắt tay phụ nữ thì không được siết chặt hoặc lắc quá mạnh. Nếu là chủ khách chào nhau khi đến thăm nhà, thì chủ nhà phải là người đưa tay ra trước. Khi người khác đưa tay cho mình bắt, nếu đang ngồi phải đứng dậy rồi mới bắt tay.

Khi chào hỏi cùng lúc nhiều người, việc bắt tay cũng phải theo trình tự thích hợp. Nguyên tắc chung là bắt tay người lớn trước, người nhỏ sau; phụ nữ trước, nam giới sau; người vợ trước, người chồng sau...

Khi chủ động bắt tay ai cũng cần lưu ý một số điểm. Không cùng lúc dùng hai tay để bắt tay với hai người. Không đứng ở một vị trí cao hơn, chẳng hạn như trên thềm nhà, đưa tay xuống cho người khác bắt. Phải bước xuống vị trí ngang bằng với người ấy trước khi đưa tay ra bắt. Không ngậm thuốc lá trong miệng khi bắt tay, dùng tay trái lấy điếu thuốc xuống rồi mới bắt tay. Không mang găng tay khi bắt tay, trừ ra phụ nữ mang loại găng mỏng thì không sao. Khi bắt tay với một người, không cùng lúc đưa mắt nhìn người khác. Khi bắt tay chào đón khách, không bắt tay ngay nơi ngưỡng cửa ra vào. Có thể bước ra ngoài cửa hoặc đợi cho khách bước hẳn vào trong nhà. Trong đám đông, không bắt tay một người ngay sát trước mặt một người khác.

Cách bắt tay cũng được dùng khi chia tay nhau với cùng những nguyên tắc như trên. Trừ ra khi khách đến chơi nhà về thì khách đưa tay ra trước khi chào về, thay vì là chủ nhà đưa tay ra trước như khi đến. Điều này để tránh tạo ra ấn tượng là chủ nhà nôn nóng muốn tiễn khách.

Sử dụng điện thoại

Sử dụng điện thoại là một nhu cầu tất yếu và phổ biến rộng rãi trong thời đại ngày nay. Khi sử dụng điện thoại, đôi khi cũng có thể gây khó chịu cho người ở đầu dây bên kia nếu như chúng ta không lưu ý một số vấn đề.

Khi bạn là người gọi, phải chủ động giới thiệu mình ngay khi người bên kia nhấc ống nghe. Nếu là bạn bè thân quen thì chào hỏi đôi ba câu, thường là hỏi thăm sức khoẻ, trước khi đi vào chuyện muốn nói. Nhưng nếu là người chỉ có quan hệ công việc thì nên vào đề ngắn gọn rõ ràng ngay, tránh những lời vòng vo không cần thiết. Nếu là số điện thoại được dùng đến lần đầu tiên thì trước hết nên hỏi để xác định có đúng là nơi mình cần gọi hay không.

Nếu là người nhận điện thoại của một cơ quan, đơn vị, khi nhấc ống nghe phải xưng tên cơ quan, đơn vị của mình. Nếu là nhà riêng chỉ cần dùng từ thông dụng "a-lô" là được, hoặc có thể nói: "A-lô, xin nghe đây." Không cần thiết phải tự xưng "tôi", vì nếu đầu dây bên kia là một người lớn hơn mình thì không hợp. Sau đó, nếu người gọi đến không tự giới thiệu, có thể hỏi xem người gọi là ai và cần gặp ai. Điều này là cần thiết để việc trao đổi tiếp theo được thích hợp.

Nói chuyện qua điện thoại cần ngắn gọn, rõ ràng. Không nói quá lớn hoặc quá nhỏ. Trước khi gác máy cần báo trước hoặc xác định lại xem người ở đầu dây bên kia có cần nói thêm gì hay không.

145

Trừ trường hợp cấp bách hoặc có hẹn trước, đừng bao giờ gọi điện đến nhà riêng vào các giờ nghỉ ngơi, giờ cơm. Gọi đến các cơ quan, đơn vị thì tránh gọi vào lúc gần hết giờ làm việc.

Lịch sự trong việc thăm viếng

Khi tiếp khách ở nhà hoặc đến chơi nhà ai, cũng cần biết một vài điều cơ bản trong phép lịch sự thông thường.

Trước hết, nên hạn chế tối đa việc đến chơi nhà bạn bè mà không báo trước. Nếu là dịp thuận tiện bất ngờ, cũng nên cân nhắc xem giờ giấc có thuận tiện hay không. Ngay cả khi hẹn trước, cũng nên chú ý chọn ngày giờ cho thích hợp. Đây là điều rất tế nhị thường không thể hỏi chủ nhà, vì theo phép lịch sự người ấy bao giờ cũng nói "lúc nào cũng được" để tỏ lòng hiếu khách, trừ ra là vào lúc mà họ có dự tính sẽ vắng nhà. Ngày giờ đến chơi thuận tiện là vào các ngày nghỉ việc trong tuần - cũng tuỳ theo công việc của người bạn mà chúng ta định đến thăm. Tuy nhiên, dù là ngày nghỉ, cũng nên tránh đừng đến vào các giờ nghỉ ngơi và giờ cơm trong ngày.

Nếu là chủ nhà, khi được hỏi ý trước về ngày giờ thuận tiện để bạn mình đến thăm, đừng ngại việc trao đổi một ngày giờ thuận tiện để tiếp bạn. Điều này có lợi cho cả hai bên và làm cho cuộc thăm viếng được thêm phần tốt đẹp. Nếu bạn không chọn lựa, có thể sẽ phải tiếp bạn vào một ngày có nhiều công việc nhà bận rộn, và người đến chơi cũng sẽ không có cảm giác thoải mái, vui vẻ. Nếu hai bên đã xác định ngày giờ hoặc một bên đã chính thức thông báo với bên kia và không bị từ chối, người đến thăm cần ghi nhớ và đến đúng giờ. Không nên đến quá sớm. Nên đến đúng giờ hoặc muộn hơn chừng 5 phút là được. Việc đến sớm quá đôi khi làm chủ nhà lúng túng vì có thể chưa thu xếp xong một công việc nào đó theo dự tính, hoặc chưa chuẩn bị xong việc tiếp đón.

Khi có nhiều người cùng đến thăm chơi nhưng là những người không quen biết nhau, chủ nhà phải chủ động giới thiệu từng người để mọi người được biết nhau. Trình tự giới thiệu thông thường là giới thiệu nam giới trước, phụ nữ sau, người nhỏ trước, người lớn sau... Những người được giới thiệu nên chào hỏi và nói với nhau một vài câu xã giao. Tuy nhiên, nên chọn những đề tài chung chung để trao đổi, tránh hỏi về đời tư, nhất là không được hỏi về tuổi của phụ nữ. Trong trường hợp này, chủ nhà thường phải là người chủ động định hướng cho câu chuyện, sao cho không có ai cảm thấy quá xa lạ.

Việc tiếp đón như thế nào là tuỳ nơi mức độ thân mật giữa chủ nhà và khách, cũng như tuỳ theo điều kiện gia đình. Tuy nhiên, về vấn đề thời gian thì cả hai bên đều nên lưu ý.

Khi đến thăm nhà ai, nên xác định trước thời gian dành cho cuộc thăm viếng, chẳng hạn 20 phút, nửa giờ hay một giờ, hoặc trọn buổi... Sau các thủ tục chào hỏi giữa chủ khách, có thể khéo léo cho chủ nhà biết một cách tế nhị - nhưng tốt nhất là đừng nói ra trực tiếp. Chẳng hạn, bạn có thể làm như vô tình nói đến một cuộc họp mà mình phải có mặt vào lúc nào đó, hoặc một cái hẹn với ai, hay một công việc cần làm... Mục đích là để chủ nhà có thể hiểu được thời gian sẽ tiếp mình tối đa là bao lâu, tránh cho họ có những sắp xếp không thích hợp, chẳng hạn như cơm nước hay chiêu đãi món gì...

Chủ nhà ngược lại không nên nói ra điều gì có hàm ý là mình đang bận hay sắp phải làm công việc gì, trừ trường hợp đó là việc rất quan trọng không thể nào hoãn lại được.

Nếu là cuộc thăm viếng chỉ thuần tuý nhằm mục đích trao đổi công việc, nên sớm trực tiếp vào đề ngay, đừng để chủ nhà phải mất quá nhiều thời gian.

Nói chung, dù chủ nhà có nhiệt tình đến đâu, khách đến thăm cũng không nên kéo dài thời gian quá lâu, nhất là khi thấy chủ nhà liếc nhìn đồng hồ. Thông thường thì đây là điều không nên làm khi tiếp khách, nhưng cũng là cách hữu hiệu nhất buộc phải áp dụng nếu như chủ nhà không muốn trực tiếp nói ra là mình đang bận.

Khách phải là người chủ động từ biệt vào lúc thích hợp. Nếu chủ nhà tiếp mình cả hai vợ chồng, không nên chia tay vào lúc người vợ hoặc người chồng có việc phải tạm đi đâu đó. Phải chờ có đủ hai người rồi mới cáo từ, trừ trường hợp biết chắc là người kia sẽ không ra phòng khách nữa thì có thể gửi lời chào.

Chủ nhà phải tiễn khách ít nhất là ra khỏi cửa. Nếu là khách rất thân có thể đưa ra đến tận cổng ngoài, chờ cho khách lên xe rồi mới quay vào. Khách có thể chủ động đề nghị chủ nhà không phải tiễn nếu tự biết quan hệ giữa hai bên không phải là quá thân mật, nhưng nếu thật sự thân nhau thì không nên từ chối việc chủ nhà tiễn chân.

Lịch sự nơi công cộng

Khi đến những nơi công cộng, cũng có những phép lịch sự tối thiểu cần biết.

Những nơi phục vụ đông người và theo thứ tự phải xếp hàng, đừng bao giờ vì quá nôn nóng mà vượt qua mặt những người đến trước mình. Khi đến lượt mình được tiếp, nên tranh thủ thời gian tối đa để tỏ rõ sự tôn trọng thời gian của người khác, nhất là những người đang còn phải chờ đợi sau mình.

Tuy không nên qua mặt người khác, nhưng rất nên nhường quyền ưu tiên cho những người đến sau mình khi đó là người già, trẻ em, người bệnh hoặc phụ nữ có thai, có con nhỏ... Nam giới khi có thể được cũng nên nhường cho nữ giới.

Nếu có ai đó chưa học qua phép ứng xử nên cố tình qua mặt bạn, dù họ là người đến sau, cũng đừng nên có thái độ nóng giận thái quá. Có thể từ tốn giải thích cho người ấy biết sự sai trái đó. Nếu gặp người thô lỗ, khiếm nhã... nhất thiết không nghe thì bạn nên... nhường nhịn là tốt nhất. Suy cho cùng, hạng người như thế không nhiều lắm, và không đáng để bạn tranh chấp với họ. Sự nhường nhịn của bạn chắc chắn sẽ được những người khác đánh giá cao.

Khi đến những nơi tôn nghiêm như đền thờ, nhà thờ, chùa chiền... cần có thái độ ứng xử thích đáng.

Phải ăn mặc nghiêm túc, kín đáo, cho dù bạn không phải là người đến đó để chiêm ngưỡng. Nhiều người ăn mặc lôi thôi lếch thếch hoặc quá hở hang khi đến những nơi tôn nghiêm này, điều đó gây ra sự khó chịu và tỏ ra rằng họ không biết tôn trọng những người khác.

Khi đến những nơi tôn nghiêm, dù không phải mục đích tín ngưỡng mà chỉ là viếng cảnh, cũng phải giữ thái độ nghiêm trang thích hợp. Không cười đùa lớn tiếng. Không mang thức ăn đến đó để ăn uống, dù là một mình hay tập thể.

Khi vào điện thờ, phải tỏ thái độ tôn kính, cho dù đó không phải là tín ngưỡng của mình. Không mang giày dép vào, không gây tiếng động mạnh, không đội nón, mũ và không hút thuốc. Không quan sát những người khác lễ bái một cách quá lộ liễu. Nếu chỉ muốn vào xem cho biết thì tránh đi vào trong khi người ta đang hành lễ. Nếu đã vào thì phải chờ hết cuộc lễ, không nên bỏ ra giữa chừng. Không cần phải hành lễ giống như các tín đồ, nhưng không nên tỏ những thái độ để người khác biết mình không phải là người thuộc tín ngưỡng đó.

Khi đến những nơi công cộng khác, nói chung đều phải giữ thái độ tôn trọng mọi người. Chẳng hạn như khi xem phim hoặc nghe nhạc, tránh đừng làm phiền những người chung quanh vì những chuyện riêng tư của mình. Nếu bạn đang bị ho hoặc cảm lạnh, thường nhảy mũi... tốt nhất là tránh đừng đến những nơi đông người. Khi đi mua sắm cũng phải có thái độ tôn trọng người bán hàng. Mặc dù người ấy sẵn sàng phục vụ bạn vì nghề nghiệp, nhưng một thái độ lịch sự bao giờ cũng là thái độ biết ơn khi được phục vụ. Nếu xác định mình không mua hàng mà chỉ xem qua cho biết, cần nói rõ ngay cho người bán hàng biết điều đó và tránh làm phiền quá nhiều. Nếu hàng hoá được niêm yết giá bán, cần hỏi thẳng người bán hàng xem họ có chấp nhận việc trả giá hay không, trước khi mặc cả. Bởi vì thực tế hiện nay có nhiều nơi niêm yết giá nhưng không bán giá cố định mà chấp nhận thoả thuận với khách. Nếu những nơi chỉ bán đúng giá niêm yết, việc trả giá sẽ trở thành khiếm nhã. Tuy vậy, việc hỏi thẳng người bán hàng trước khi trả giá là không có gì đáng ngại. Nếu mua hàng ở siêu thị, nghĩa là tự chọn lấy hàng hoá, cần xếp những món không mua trở lại đúng chỗ cũ.

Khi ở những nơi đông người, nói chung tránh những cử chỉ có tính cách "thoải mái" quá đáng. Chẳng hạn, không nên đứng chống tay vào cạnh sườn khi nói chuyện, cũng không nên thọc tay vào túi quần. Khi nói chuyện tránh việc khoa tay lắc chân, cũng không chỉ trỏ chỗ này chỗ khác. Nhiều người khác có thể lầm tưởng là bạn chỉ vào họ. Tránh đừng bao giờ nhìn thẳng vào mặt một người không quen biết. Và điều thông thường nhất nhưng có khá nhiều người không giữ được là: đừng bao giờ hút thuốc ở nơi đông người.

Nụ cười tươi vẫn là một "phụ tùng" giá trị mà bạn nên luôn luôn mang theo, nhưng đừng bao giờ cười lớn tiếng ở nơi đông người, ngay cả như trong quán ăn cũng vậy. Bạn cần phải biết tôn trọng khoảng không gian chung cho tất cả mọi người, bởi vì không phải ai cũng hiểu được ý nghĩa tiếng cười của bạn.

Nếu cơ thể bạn đang có những vấn đề bất thường, không được khoẻ, nên tránh đến những nơi đông người. Nếu bắt buộc phải đến, nên chú ý hạn chế việc bộc lộ cho mọi người thấy. Những lúc ho nhiều, nhảy mũi, ợ hơi, ngáp... nên vào nhà vệ sinh hoặc tìm chỗ kín. Nếu không kìm được ngay thì quay sang một chỗ khuất ít người thấy và nhớ dùng tay hoặc khăn tay che miệng lại. Điều này cũng áp dụng khi bạn đang đi trên đường phố nữa.

Lịch sự trên đường phố

Khi đi lại trên đường phố, cũng cần lưu ý một số điều để tránh gây khó chịu cho người khác.

Không ăn mặc quá đơn sơ khi đi ra đường. Dù bạn không trực tiếp giao tiếp với ai, cũng có rất nhiều người nhìn thấy bạn. Khi đi nên giữ tư thế đều bước, dù nhanh hay chậm, tránh kiểu chạy nhảy tung tăng như trẻ con hoặc vung tay quá mạnh. Nếu là đường có vỉa hè dành cho người đi bộ, đừng bao giờ đi xuống lòng đường. Nếu có dắt theo trẻ con phải luôn luôn nắm tay trẻ. Lỡ có va chạm cùng người khác, nhất thiết phải nói lời xin lỗi. Nếu đi cả nhóm đông người, không được đi thành hàng ngang để dễ chuyện trò. Đường phố không phải chỉ dành riêng cho mình, nên đi thành hàng dọc, kẻ trước người sau. Không cười đùa lớn tiếng khi đi trên đường phố.

Không bày tỏ tình cảm riêng tư trên đường phố. Chẳng hạn khi gặp lại bạn cũ lâu ngày, phải biết kiềm chế phần nào sự vui mừng nếu như đang đứng giữa phố đông người. Nên tìm một nơi khác, như quán nước, để bày tỏ sự vui mừng sẽ thích hợp hơn. Nhất là không ôm hôn nhau trên đường phố. Mặc dù nhiều người quen với văn hoá phương Tây sẽ không cho điều này là khó chịu, nhưng vẫn còn rất nhiều người ảnh hưởng phong tục Á Đông và không chấp nhận điều đó.

Người thực sự nghiêm túc cũng không hút thuốc khi

đi trên đường phố. Nếu có nhu cầu cần khạc nhổ phải tìm chỗ kín đáo, thích hợp, không được tuỳ tiện nhổ xuống lòng đường. Cũng không ném, xả rác trên đường phố.

Khi gặp một vấn đề nào đó khác thường xảy ra trên đường phố, chẳng hạn một đám đánh nhau, cãi nhau, hoặc tai nạn... cần tránh đến xem chỉ vì tò mò. Nên nhìn qua với ý tưởng là liệu mình có thực sự giúp đỡ được gì hay không. Nếu được, nên sẵn lòng, chẳng hạn như đưa người bị nạn đi cấp cứu... Nếu xác định là không, nên tránh đi ngay. Những người chỉ đứng xem thường gây thêm khó khăn cho người có trách nhiệm mà không có ích gì.

Khi gặp người quen trên đường phố, việc chào hỏi là tất yếu, nhưng tránh việc đứng nói chuyện lâu trên đường. Nhất là khi người quen của bạn có đi cùng người khác, càng nên hạn chế tối đa thời gian nói chuyện. Điều này nhằm tránh gây khó chịu cho người mà bạn không quen, vì phải chờ đợi.

Nếu là đi xe gắn máy hoặc xe hơi trên đường, nên hạn chế việc bóp kèn những lúc không cần thiết. Không nên khạc nhổ hoặc ném giấy gói thức ăn, bao ny-lon, tàn thuốc lá... xuống đường. Trên xe hơi hoặc xe buýt có nhiều người thì không nên hút thuốc. Khi đi xe buýt cần lên xuống theo trật tự, không chen lấn. Tuy nhiên, nếu có thể nên ưu tiên nhường các chỗ ngồi tốt cho người già, trẻ em hoặc phụ nữ có con nhỏ. Không xả rác trên xe.

* * *

Những điều nói trên cũng chỉ là những phép lịch sự tối thiểu được sự chấp nhận của nhiều người. Một người muốn sống đẹp, ngoài việc nắm hiểu những phép tắc có tính quy ước như trên, còn cần phải biết vận dụng những nguyên tắc chung vào các tình huống ứng xử cụ thể của mình. Những nguyên tắc cơ bản nhất trong giao tiếp là: tôn trọng người khác, chân thành biết ơn đối với những sự giúp đỡ và sẵn sàng nhận lỗi khi có sai sót, biết quan tâm đến việc dành quyền ưu tiên cho các đối tượng đặc biệt như người già, người tàn tật, trẻ em, phụ nữ, nhất là phụ nữ có thai hoặc có con nhỏ. Ngoài ra, đừng bao giờ tự đề cao mình trước những người khác, nhưng ngược lại sẵn sàng khen ngợi những điều mà người khác làm tốt hơn mình. Nếu buộc phải đưa ra những lời chỉ trích hoặc phê phán thì cần phải hết sức hạn chế và cân nhắc thận trọng.

Thay lời kết

Đề cập đến một chủ đề quá sâu rộng và phức tạp, đa dạng như việc "sống đẹp" trong phạm vi một tập sách như thế này, bản thân người viết cũng tự biết là việc rất khó khăn, và chắc chắn chưa thể nào đạt đến sự trọn vẹn. Vì thế không dám xem đây là những lời kết luận mà chỉ tạm đưa ra để bày tỏ đôi điều theo suy nghĩ riêng của mình.

Chúng ta đã cùng nhau trao đổi qua một số vấn đề có thể xem là cơ bản nhất trong những sinh hoạt giao tiếp thông thường của mỗi người. Những điều được nêu ra trong sách này có thể là còn có phần nào đó mang tính cách chủ quan của người viết, nhưng tất cả đều được trình bày với một thiện chí nhằm góp phần xây dựng những nét đẹp văn hoá chung cho mọi người - dù biết đó là một phần rất nhỏ.

Trong một thời đại mà tự do cá nhân được đề cao và tôn trọng, ý thức sống đẹp của mỗi người trở nên quan trọng hơn bao giờ hết. Không có một ý thức sống đẹp, người ta có thể sẽ sẵn sàng làm rất nhiều điều "chướng tai gai mắt", miễn là những điều đó không bị pháp luật ngăn cấm. Thử tưởng tượng bạn nhìn thấy cảnh vài ba thanh niên ngồi cười nói thoải mái trên ghế ngồi của xe buýt mà không để ý gì đến một cụ già run rẩy đứng không vững, nhưng không có chỗ ngồi chỉ vì chậm chân! Quả thật không có gì là vi phạm luật pháp, nhưng ở đây đạo đức xã hội bị thương tổn một cách nghiêm trọng và bất cứ ai nhìn thấy đều không khỏi bất bình. Với một ý thức sống đẹp, hẳn không ai có thể làm được những điều tương tự như thế.

Như đã nói từ đầu, vấn đề nhận thức đúng về các nguyên tắc chung đóng vai trò quan trọng nhất. Khi nhận thức được vấn đề, phép tắc có thể từ đó được nảy sinh hoặc được tuân theo một cách thích hợp. Người ta không ai bỏ công đi học biết các phép lịch sự nếu không tự mình có một ý thức muốn sống đẹp, và càng không thể hiểu được ý nghĩa của các phép tắc quy ước nếu như tự mình không có được nhận thức đúng đắn về vấn đề.

Vì thế, một người sống đẹp không cần thiết phải là người lịch lãm, am tường mọi phép tắc trong giao tiếp. Đó là yếu tố thứ yếu, cần nhưng chưa đủ. Quan trọng hơn, và vì thế phải được nhấn mạnh hơn, chính là một tấm lòng chân thành và một tâm hồn đẹp.

Với lòng chân thành, chúng ta sẵn sàng cảm thông và hoà hợp với tất cả mọi người, sống hài hoà với bất cứ ai và trong bất cứ tình huống nào. Với một tâm hồn đẹp, ta có thể dẹp bỏ đi những ham muốn tự thân để thực sự tôn trọng và mong muốn những điều tốt đẹp cho người khác. Khi mỗi người đều có được một tấm lòng chân thành và một tâm hồn đẹp, cuộc sống của chúng ta trong xã hội này sẽ tốt đẹp biết bao!

Mỗi người quanh ta đều có những đóng góp nhất định cho cuộc đời tươi đẹp này của chúng ta. Mang lại được niềm vui cho người khác trong cuộc sống là một thái độ biết ơn đúng đắn và cũng là nguyên tắc cơ bản đầu tiên để có được niềm vui cho chính mình. Cuộc sống của mỗi chúng ta xét cho cùng đều vô cùng ngắn ngủi. Và chúng ta không có cách nào để kéo dài tuổi thọ như mong muốn. Không bao lâu, sức khoẻ sẽ suy yếu, tuổi già đến và cái chết cận kề. Nhìn thẳng vào sự thật này, ta mới thấy cuộc sống là quý giá biết bao! Tại sao chúng ta không cố gắng sử dụng những năm tháng ít ỏi của đời mình để sống sao cho thật tốt đẹp, thật ý nghĩa?

Tất nhiên, mỗi người đều đã có chọn cho mình một lý tưởng, một sự nghiệp nhất định để theo đuổi. Nhưng dù là sự nghiệp nào, lý tưởng nào, thì điều trước hết chúng ta cần vẫn là một nếp sống đẹp - hạnh phúc cho bản thân và mang lại niềm vui cho người khác. Một nếp sống đẹp không ngăn cản chúng ta thành công trong sự nghiệp hoặc đạt được lý tưởng của mình. Ngược lại, nó mang đến cho chúng ta niềm vui trong từng giây phút ta đang sống, mà không cần phải chờ đợi đến một tương lai nào đó.

Hy vọng tập sách này có thể mang lại một vài niềm vui nhỏ theo hướng đó. Và ít ra thì đây cũng là một sự gợi mở vấn đề để mỗi người có thể tự suy nghĩ thêm và chọn lấy những giải pháp, những quan điểm trọn vẹn hơn cho một nếp sống đẹp của chính mình.

MỤC LỤC

Lời nói đầu 5

Chương I: Bàn về những nguyên tắc sống
Vì sao cần có những nguyên tắc sống 11
Trải qua các thời đại 14
Vài quan điểm khác nhau thời hiện đại 19
Nhận thức mới cho nguyên tắc cũ 24

Chương II: Sống đẹp với chính mình
Thế nào là sống đẹp với chính mình 29
Sống đẹp với chính mình 31
   1. Giữ gìn và rèn luyện sức khoẻ 31
   2. Đừng khắt khe với bản thân 44
   3. Chiến thắng những ham muốn 37
   4. Đừng tự dối mình 41
   5. Dành thời gian cho chính mình 42
   6. Vấn đề ăn uống 47
Kết luận 50

Chương III: Sống đẹp trong gia đình
Vai trò của gia đình 51
Cha mẹ đối với con cái 53
   1. Bối cảnh gia đình ngày nay 53
   2. Thương yêu con cái như thế nào? 54
   3. Hãy dành thời gian cho con cái 57
   4. Giáo dục và nêu gương sáng 58

5. Môi trường tốt đẹp cho con cái 59
6. Cởi mở, thân mật và tôn trọng 61
7. Đừng cáu gắt 62
8. Với những trẻ khác thường 65
Con cái đối với cha mẹ 68
Quan hệ giữa anh, chị, em với nhau 76

Chương IV: Quan hệ hôn nhân
Với người bạn sẽ kết hôn 83
Quan hệ hôn nhân 89

Chương V: Sống đẹp giữa cuộc đời
Quan hệ với bạn bè 109
1. Chọn bạn mà chơi 110
2. Sự chân thật và cảm thông 113
3. Giúp đỡ lẫn nhau 114
4. Đừng tạo ra cách biệt 115
5. Nhưng cũng đừng vượt qua giới hạn 117
6. Biết tôn trọng lẫn nhau 119
7. Sòng phẳng trong công việc 120
Quan hệ với đồng nghiệp 122
Những người hàng xóm 124
Giao tiếp nơi công cộng 128
Thích ứng với môi trường 133

Chương VI: Những phép lịch sự cơ bản

Lịch sự trong ăn uống 139

Lịch sự khi chào hỏi 143

Sử dụng điện thoại 145

Lịch sự trong việc thăm viếng 146

Lịch sự nơi công cộng 148

Lịch sự trên đường phố 151

Thay lời kết 155

www.ingramcontent.com/pod-product-compliance
Lightning Source LLC
LaVergne TN
LVHW011944070526
838202LV00054B/4786